'கனவு நாயகர்'

கலாம்

'வாழ்வும் வாக்கும்'

சபீதாஜோசப்

ராஜமாணிக்கம்மாள் வெளியீடு

'கனவு நாயகர்' கலாம்
வாழ்வும் வாக்கும்

சபீதா ஜோசப்

பதிப்பு 2024
பக்கங்கள் 96
நூன் அளவு (14 x 21.5) டெம்மி
விலை : ரூ. 70 /-

வெளியீடு
ராஜமாணிக்கம்மாள்,
106/4 ஜானி ஜான்கான் சாலை
இராயப்பேட்டை
சென்னை 14
செல்: 044- 2688 1700

அட்டை வடிவமைப்பு
ஆர்.சி.மதிராஜ்

கட்டமைப்பு
சாருபிரபா பிரிண்டர்ஸ் லிட்.,
சென்னை 14

அச்சாக்கம்
என் பிரிண்டர்ஸ்
சென்னை 14

'KANAVU NAYAGAR' Kalam
Vazhvum Vakkum

Sabitha Joseph

Edition 2024
Pages **96**
Book Size (14X21.5) Demy
Price : Rs. **70** /-

Published by
Rajamanickammal
106/4 Jani JahanKhan Road
Royapettah, Chennai 14
Ph 044- 2688 1700

Wrapper Designed by
R.C. Mathiraj

Binding by
Saaruprabha Printers Ltd.,
Chennai 14

Printed at
N Printers
Chennai 14

பதிப்புரை

'எந்தக் கலையாக இருந்தாலும் எந்த இலக்கியமாக இருந்தாலும் அது லட்சோப லட்சம் மக்களிடம் பேசக்கூடியதாக இருக்க வேண்டும்' - என்பது மகாத்மா காந்தியின் வாக்கு.

'உன்னிடம் கவிதை என்னும் பொன் இருந்தால் வாழ்க்கை என்னும் உரைகல்லில் அதைத் தேய்த்துப் பார்' - என்பது மகாகவி அல்லாமா இக்பால் வாக்கு.

இவைகளை உறுதிமொழியாகக் கொண்டு தமது எழுத்துப் பயணத்தைத் தொடங்கியவர் சபீதா ஜோசப்.

எழுத்து நடையில் எளிமை, சொல்லும் விஷயத்தில் சமூகத்துக்கு ஒரு மேசேஜ். இதுதான் இவரது பாணி.

1989-இல் பத்திரிகையாளராக வாழ்வை தொடங்கினார். தமிழகத்தின் பல முன்னணி இதழ்கள் மூலம் அறியப்பட்டவர். பல ஆண்டு அனுபவத்தை எழுத்தாக்க 'நக்கீரன்' வாசல் திறந்து விட்டது.

2006-இல் எழுத்தாளராக பெரியார் 100, காமராஜர் 100, அண்ணா 100, கலைஞர் 100, எம்.ஜி.ஆர். 100, சிவாஜி 100, கண்ணதாசன் 100, கலைவாணர் 100, ரஜினி 100, கமல் 100 என்று நூறுகளில் தமது படைப்பு பணியைத் தொடர்ந்தார்.

2006-இல் பத்து நூல்கள்.

2007-இல் இருபது நூல்கள்

2008-இல் 22 நூல்கள்

என மூன்று ஆண்டுகளில் உச்சத்தைத் தொட்டிருக்கும் எழுத்தாளர் சபீதா ஜோசப், விரைவில் சதம் அடிக்க நக்கீரன் பதிப்பகம் வாழ்த்துகிறது.

- பதிப்பகத்தார்

சஞ்சல கலாம்

"அப்துல்கலாம் ஜனாதிபதியாக பதவிக்கு வந்ததால் நாடு பெற்ற நன்மைகள் அநேகம். ஆனால், இதற்காக அவர் தனிப்பட்ட வகையில் கொடுத்த விலை அதிகம்" என்றபடி 'திடுக்' தகவல்களுடன் பேசத் தொடங்குகிறார். கேரளாவைச் சேர்ந்த பி.எம்.நாயர்.

முன்னாள் ஜனாதிபதி அப்துல் கலாமின் செயலாளராக ஐந்தாண்டுகள் பதவி வகித்த இவர், 'தி கலாம் எபெக்ட்' என்கிற தலைப்பில் புத்தகம் ஒன்றை எழுதியுள்ளார். அதில் அவர் சில விஷயங்களைச் சொல்லி– யிருக்கிறார்.

விஞ்ஞான ஜனாதிபதி:

"அப்துல் கலாம் ஜனாதிபதியாக தேர்வானது. எங்களுக்கு எல்லாம் ஆச்சரியமான விஷயம்தான். இந்தியாவின் ஏவுகணை மனிதராக, 'பொக்ரான்' குண்டுவெடிப்பின் மூளையாக கலாம் சாதித்த விஷயங்கள் அநேகம்.

தேசத்தின் 'அக்கினி', 'ஆகாஷ்' ஏவுகணைகள்கூட, இவரது அம்பறாத்துணியில் இருந்து வந்தவைகள்தான்.

நாட்டின் மிக உயர்ந்த 'பாரத ரத்னா' விருதைப் பெற்றவரால், ஆளும் அரசியல் கட்சிகளுக்கு இலகுவாக நெகிழ்வுடன் செயல்பட முடியுமா?' என்று நாங்கள் ஆரம்பத்தில் சந்தேகப்பட்டோம். ஆனால், கலாமின் பதவிக் காலத்தில்தான், ஜனாதிபதி மாளிகையே மக்கள் மன்றமானது. ஜனாதிபதி மீது மக்கள் கவனம் திரும்பியது.

அப்துல்கலாம் ஜனாதிபதியாக இருந்த தருணங்கள், இந்தியாவின்

பொற்காலம் என்று தான் சொல்லவேண்டும் முந்தைய ஜனாதிபதிகள் சாதிக்காத எவ்வளவோ விஷயங்களை இவர் சாத்தியமாக்கினார்.

ஜனாதிபதி அலுவலகத்தில் பொது மக்களுக்கென முதல் தடவையாக இணையதளம் தொடங்கினார். பாமர ஜனங்களின் அடிப்படைக் கனவுகளை நிதர்சனமாக்கினார்.

பல்போன கிழவி முதல் பல் முளைக்கும் சிறுமி வரை கலாமுக்கு இப்போதும் 'ரசிகர்கள்' உண்டு. குறிப்பாக குழந்தைகளிடத்தில் கலாமுக்குக் கூடுதல் பாசம். குழந்தைகள் கொண்டாடும் இன்னொரு நேரு மாமா இவர் என்றால் அது மிகையாகாது!

கலாம் காட்டம்

இந்தியாவில் ஸ்திரத்தன்மையை நிலைநாட்டுவதில், அப்துல்கலாமின் பங்கு மகத்தானது. கடந்த 2004–ஆம் ஆண்டு நடைபெற்ற மக்களவை தேர்தலில் எந்த கட்சிக்கும் முழுப் பெரும்பான்மை கிடைக்கவில்லை. இந்தியவின் புதிய பிரதமருக்காக தேசமே காத்திருந்தது.

கலாம் ஒருநாள் திடீரென்று என்னை அழைத்தார். ''நான் இப்போது என்ன செய்ய வேண்டும்? என்னால் இனிமேலும் காலவரையின்றி காத்திருக்க முடியாது'' என்று சொன்னார்.

நான், ''அநேகமாக சோனியாகாந்தியே காங்கிரஸ் கட்சிக்கு தலைமைப் பொறுப்பை ஏற்கலாம். ஆகவே, பேசினால் இதற்கு நிரந்தரத் தீர்வு கிடைக்கலாம்'' என்றேன்.

பிரதமர் சோனியா காந்தி

கலாம் இன்னும் ஒருபடி மேலே போய், சோனியா காந்தி பிரதமராகும் வகையில் அதிகாரபூர்வமான கடிதம் ஒன்றைத் தயார் பண்ண சொன்னார்.

நானும் உடனே அதற்கான கடிதத்தை தயார் செய்தேன். அதில் 2004 மே 17ந் என்று தேதி அவர் கையெழுத்திட்டார்.

அப்துல்கலாம் சட்டதிட்டங்களுக்கு உட்பட்டு செயல்படுபவர். இதில் எந்தவித சமரசத்துக்கும் இடம் தரமாட்டார் என்பது எனக்கு நன்றாகத் தெரியும். ஆகவே, நான் ஜனாதிபதியிடம் மேலும் பேசும்போது.

"சார், சோனியா காந்தி தனக்கு ஆதரவு தெரிவிக்கும் கட்சிகளின் கடிதங்களுடன் உங்களிடம் வருவார். நீங்கள் இதையெல்லாம் படித்துப் பார்த்துக் கொண்டிருக்க வேண்டியதில்லை. மேலோட்டமாக மட்டும் பாருங்கள். அது போதும்" என்றேன். கலாமிடம் சிரிப்பு மட்டுமே பதிலாக வந்தது.

ஜனாதிபதியை சந்திப்பதற்காக சோனியாகாந்தி மே 18ந் தேதி மதியம் வருவதாக எங்களுக்குத் தகவல் தெரிவிக்கப்பட்டது. நான் எனக்கான வேலைகளில் மும்முரமாக இருந்தேன்.

சோனியாகாந்தி, இன்றைய பிரதமர் மன்மோகன்சிங்குடன் ஜனாதிபதி கலாமைச் சந்திப்பதற்காக ஜனாதிபதி மாளிகைக்கு வந்தார். நான் பக்கத்து அறையில் கடிதத்தோடு, கலாமின் அழைப்பு மணிக்காகக் காத்திருந்தேன்.

நிமிடங்கள் பறந்தன. சோனியா, மன்மோகன்சிங் இருவரும் கிளம்பிப் போன பிறகே, எனக்கு கலாமிடம் இருந்து அழைப்பு வந்தது.

அடுத்த பிரதமர்

"**என்**ன நாயர், சோனியா அழைப்புக் கடிதத்தோடு வருவதாக சொன்னீர்கள். ஆனால், அவர் என்னுடன் விவாதத்துக்கு மட்டுமே வந்திருக்கிறார். மறுபடியும் வருவதாக சொல்லியுள்ளார்" என்றார்.

நான் மறுபடியும் அழைப்புக் கடிதத்தோடு மே 19ந் தேதி இரவு 8.15 மணிக்கு தயாராய் இருந்தேன். சோனியாவும், மன்மோகன்சிங்கும் வந்தார்கள். நான் பக்கத்து அறையில் காத்திருந்தேன். அப்போது அழைப்பு மணி ஒலித்தது.

"நாயர், மன்மோகன்சிங்தான் காங்கிரஸ் கட்சியின் பாராளுமன்றக்குழு தலைவராக அறிவிக்கப்பட இருப்பதாக சோனியா காந்தி கூறுகிறார்.

கட்சிகளின் ஆதரவுக் கடிதங்களும் தரப்பட்டுவிட்டன" என்றார், அப்துல் கலாம். நான் உடனே கடிதத்தை மாற்றுவதற்காக ஓடோடிப் போனேன்.

வருத்தம்

இப்படியாக, மன்மோகன்சிங் பிரதமரானார். 'அப்பாடா... எல்லாம் முடிந்தது' என்று நிம்மதிப் பெருமூச்சுவிட்டேன். ஆனால், இதுதான் ஆரம்பம் என்று எனக்கு அப்போது தெரியாது.

அடுத்த நாளில் பத்திரிகைகளைப் பார்த்தபோது, அதிர்ச்சி காத்திருந்தது. "சோனியா வெளிநாட்டு பிரஜை. இவர் பிரதமராவது அப்துல் கலாமுக்குப் பிடிக்கவில்லை. இதனால்தான் மன்மோகன்சிங் பிரதமராகி உள்ளார்" என்றெல்லாம் சகட்டுமேனிக்கு எழுதித் தள்ளியிருந்தன. எங்களுக்கெல்லாம் வருத்தம், கலாமுக்குக் கூட.

சபீதா ஜோசப்

ராஜினாமா கடிதம்

ஜனாதிபதி மாளிகையில் அதிமுக்கியத்துவம் வாய்ந்த இரண்டு கடிதங்கள் குப்பைக் கூடைக்குப் போயின. ஒன்று, சோனியாகாந்தி பிரதமர் ஆவதற்கான அதிகாரப்பூர்வ கடிதம். இன்னொன்று, அப்துல்கலாமின் ராஜினாமா கடிதம்.

மத்திய அரசு ஒரு தடவை, பீகார் மாநில சட்டசபையைக் கலைப்பதற்கான மசோதாவை ஜனாதிபதி பார்வைக்காக அனுப்பிவைத்தது. இதில் அப்துல் கலாமுக்கு உடன்பாடு இல்லை. 'மக்களால் தேர்ந்து எடுக்கப்பட்ட ஒரு அரசை, மத்திய நிர்வாகமே கலைக்க முயல்வது மிகவும் கொடிய எதேச்சதிகாரம்' என்பது அவரின் கருத்தாக இருந்தது.

அப்துல்கலாம் உடனே அந்த மசோதாவை மத்திய அரசுக்கு திரும்ப அனுப்பிவிட்டார். ஆனாலும், மன்மோகன்சிங் அரசு விடவில்லை. கொஞ்ச நாட்களுக்குப் பிறகு, அது மறுபடியும் திரும்பி வந்தது.

ஒருநாள்.. அப்துல்கலாம் திடீரென்று என்னை அழைத்தார். நான் போனேன். அங்கு மக்கள் ஜனாதிபதி அப்துல்கலாம் தனது ராஜினாமா கடிதத்தை எழுதிக்கொண்டிருந்தார்.

''மிஸ்டர் நாயர், நான் முக்கியமான ஒரு விஷயத்தை முடிவு செய்துவிட்டேன். நீங்கள் எதுவும் சொல்ல வேண்டாம். நான் என் மனசாட்சிக்கு கட்டுப்பட்டு இந்த முடிவுக்கு வந்திருக்கிறேன்'' என்று சூசகமாய் ஆரம்பித்தார்.

அப்துல்கலாம் பதற்றத்தோடு இருக்கும் காலகட்டங்களில், பேண்ட்பாக்கெட்டில் கைகளை திணித்திருப்பார். எனக்கு அவரது பதற்றம்

ஓரளவுக்குப் புரிந்துபோனது.

நான் அவரைச் சமாதானப்படுத்தினேன். அவர் ஏற்றுக் கொள்ளவில்லை.

கடைசியில் ஒருவழியாக சமாதானமானார். ஆனாலும், மத்திய அரசின் அஸ்திரங்கள் அப்துல் கலாமை விடுவதாக இல்லை.

கலாமின் ஆவேசம்

அப்துல் கலாமிடம் எனக்கு மிகவும் பிடித்தது, அவரின் எளிமையான நடத்தைதான். அதிகாலையில் எழுந்ததும் 'மொகல்' தோட்டத்தில் 'வாக்கிங்' போவார். தென்னிந்திய உணவு வகைகளை விரும்பிச் சாப்பிடுவார். மிகவும் அருமையாக வீணை வாசிப்பார். ஜனாதிபதி மாளிகையில் பணி நேரம் தவிர, மற்ற நேரங்களில் மூலிகைத் தோட்டம், ஆராய்ச்சிப் பணிகள் என்று சுறுசுறுப்பாக இருப்பார்.

ஜனாதிபதியின் பாதுகாவலர்களில் ஒருவர் கடந்த 2003-ஆம் அக்டோபர் மாதத்தில், டெல்லி புத்த ஜெயந்தி பூங்காவில் சிறுமி ஒருத்தியைக் கற்பழித்ததாக குற்றசாட்டு எழுந்தபோது, அப்துல்கலாம் கொதித்துப் போனார். அவரை அப்படியொரு ஆவேசத்தில் நான் அதுவரையில் பார்த்ததே இல்லை. சதாநேரமும் புலம்பித் தீர்த்தார்.

கொந்தளிப்பு

"எனக்கு மிகவும் வேதனையாக இருக்கிறது. எத்தகைய கொடூரமான விஷயம் இது. உண்மையில் என்ன நடந்தது என்பதை எனக்கு உடனடியாக விசாரித்து சொல்லுங்கள்" என்றார்.

நான் அவரிடம் "இது தனிமனிதனால் ஏற்பட்ட தவறு. நீங்கள் இதற்காக உங்களின் தூக்கத்தைக் கெடுத்துக்கொள்ள வேண்டாம்" என்று கேட்டுக் கொண்டேன். ஆனாலும் அப்துல் கலாம் அன்றிரவு தூங்கி இருக்கமாட்டார் என்பது எனக்குத் தெரியும்.

முஷாரப் சந்திப்பு

பாகிஸ்தான் அதிபர் முஷாரப் ஒருதடவை ஜனாதிபதி மாளிகைக்கு வருவதாக இருந்தது. நான் உடனடியாக அப்துல் கலாமிடம் போனேன்.

"சார், உங்களை முஷாரப் சந்திக்க வருகிறார். அவர் உங்களிடம் காஷ்மீர் பிரச்சினை தொடர்பாக விவாதிக்கக் கூடும். நீங்கள் அதற்காக முன்கூட்டியே தயாராய் இருப்பது நல்லது" என்றேன்.

கலாம் கொஞ்சம்கூட சலனப்படாமல், "கவலைப்படாதீர்கள், நான் பார்த்துக் கொள்கிறேன்" என்றார். எனக்கோ உள்ளுக்குள் உதறல்.

அதற்கு அப்துல் கலாம் முஷாரப் இருவரும் பக்கத்து பக்கத்து இருக்கையில் அமர்ந்தனர். இரண்டு தரப்பிலும் சிரிப்பு மலர்ந்து, கரங்கள் குலுக்கப்பட்டன.

சந்திப்பின்போது அப்துல்கலாம் பேச ஆரம்பித்தார். "மிஸ்டர் பிரசிடெண்ட். பாகிஸ்தானிலும் இந்தியாவைப்போல கிராமப்புறங்கள் உண்டு. நாம் இருவரும் ஒன்றிணைந்து கிராமப்புறங்களின் வளர்ச்சிக்காக ஏன் பாடுபடக்கூடாது?" என்று கேட்டார். முஷாரப்பால் "தாராளமாக" என்பதைத் தவிர வேறு என்ன பதில் சொல்ல முடியும்?

சபீதா ஜோசப்

முஷாரப் பாராட்டு

“நான் இப்போது கிராமப்புற பகுதிகளுக்கு நகர்ப்புற வசதிகளை ஏற்படுத்துவது என்றால் என்ன என்பதைப் பற்றி உங்களுக்கு சொல்லப்போகிறேன்” என்ற அப்துல் கலாம், உடனே கணினி திரையை ஒளிர வைத்தார். காட்சிப் படங்களுடன் விளக்க ஆரம்பித்தார். முஷாரப்பிற்கு –ஆச்சரியம் தாளவில்லை. இப்படியாக அரை மணி நேரம் போனதே தெரியவில்லை. முஷாரப் விடைபெறும்போது, “நன்றி அதிபரே உங்களைப் போல விஞ்ஞானிகளை ஜனாதிபதியாக பெற்றிருக்கும் இந்தியா உண்மையிலேயே அதிர்ஷ்டமான நாடு” என்றபடி கிளம்பிப் போனார்.

சிறகு முளைத்தது

அப்துல்கலாம் மறுபடியும் ஜனாதிபதியாகக் கூடும் என்று எதிர்பார்ப்புகள் நிலவியபோது, ஆளுங்கூட்டணி தன்னிச்சையாக பிரதிபா பாட்டிலை ஜனாதிபதியாக வேட்பாளராக அறிவித்ததில் எனக்கு ஆச்சரியமில்லை. எதிர்க்கட்சிகளிடம் இந்த விஷயத்தில் ஒருங்கிணைப்பு ஏற்படாததில் கொஞ்சம் வருத்தம்தான்.

அப்துல்கலாம் ஜனாதிபதி பதவியில் இருந்து விடைபெற்று கிளம்பியபோது, ‘நாடு, நகரம் கடந்து பறந்து திரிந்த ஒரு வெண்புறாவுக்கு மறுபடியும் இறக்கைகள் கிடைத்துவிட்ட மாதிரிதான் எனக்குத் தோன்றியது” என்கிற நாயரின் உணர்வுபூர்வ கொந்தளிப்புகளுடன் ‘தி கலாம் எபெக்ட்’ புத்தகம் வேகமாக பயணிக்கிறது.

எம்.எல்.ஏ.க்களுக்கு அப்துல் கலாம் நடத்தும் "பரீட்சை"

முன்னாள் ஜனாதிபதி அப்துல்கலாம். தான் கலந்து கொள்ளும் நிகழ்ச்சிகளில் மாணவர்களிடம் கேள்விகளை கேட்பது வழக்கம். ஆனால் தற்போது கர்நாடக எம்.எல்.ஏ.க்களுக்கு அவர் கேள்வி கணைகளை தொடுத்து உள்ளார்.

பெங்களூரில் உள்ள இந்தியன் இன்ஸ்டிடியூட் ஆப் மேனேஜ்மெண்ட் (ஐ.ஐ.எம்) சார்பில் கர்நாடக எம்.எல்.ஏ.க்கள், எம்.எல்.சி.களுக்கு பயிற்சி முகாம் ஏற்பாடு செய்யப்பட்டு உள்ளது. மூன்று நாட்கள் இந்த பயிற்சி முகாம் நடக்கிறது. இதில் முன்னாள் ஜனாதிபதி அப்துல்கலாம் கலந்து கொண்டு, பயிற்சி முகாமை தொடங்கி வைக்கிறார். மேலும் நிகழ்ச்சியையொட்டி நடைபெறும் விவாதத்திலும் அவர் கலந்து கொண்டு பேசுகிறார்.

9 கேள்விகள்

பயிற்சி முகாமையொட்டி அப்துல்கலாம், எம்.எல்.ஏ.க்களிடம் ஒன்பது கேள்விகளைக் கேட்டு உள்ளார். இது தொடர்பான கேள்வி பட்டியலை அவர் சபாநாயகர் அலுவலகத்துக்கு அனுப்பி வைத்து இருக்கிறார். இந்த கேள்வி பட்டியலை அனைத்து எம்.எல்.ஏ.க்கள் மற்றும் எம்.எல்.சி.க்களுக்கும் சபாநாயகர் ஜெகதீஷ் ஷெட்டர் அனுப்பி உள்ளார்.

சபீதா ஜோசப்

நடவடிக்கை என்ன?

1. இரண்டரை ஆண்டுகள் மற்றும் ஐந்து ஆண்டுகள் இப்படி இரண்டு கட்டங்களில் உங்கள் தொகுதியில் மாற்றம் செய்யும் வகையில் இதற்காக நீங்கள் என்னென்ன திட்டம் வைத்து இருக்கிறீர்கள்?

2. மக்களுக்கு நூறு சதவீதம் கல்வி அறிவுக்காக திட்டம் தீட்டி இருக்கிறீர்களா?

3. தொகுதிகளில் குறைந்தபட்சம் ஒரு லட்சம் மரக்கன்றுகளை நடுவதற்குத் திட்டம் தயாரித்து இருக்கிறீர்களா?

4. தொகுதி மக்களின் வருமானத்தை இரண்டு மடங்காக உயர்த்த எடுக்கப்பட்ட உறுதியான நடவடிக்கை என்ன?

5. தொகுதியில் உள்ள ஒவ்வொரு வீட்டுக்கும் குடிநீர் இணைப்பு, கழிவறை வசதி செய்து கொடுக்க விரும்புகிறீர்களா?

6. தரிசு நிலத்தில் விவசாயம் செய்ய எடுக்கப்படும் நடவடிக்கை என்ன?

7. மின்தட்டுப்பாட்டை போக்க என்ன செய்துள்ளீர்கள்?

8. ஏரிகளைப் பாதுகாக்க, நிலத்தடி நீரை மேம்படுத்த என்னென்ன நடவடிக்கை எடுக்கப்படுகிறது

9. தொகுதி மக்களிடம் அமைதியை நிலைநாட்ட நீங்கள் காட்டும் வழி என்ன?

மேற்கண்ட 9 கேள்விகளுக்கு அனைத்து எம்.ஏ.க்களும் வருகிற 10ந் தேதிக்குள் பதில் தெரிவிக்குமாறு அப்துல்கலாம் கேட்டுக்கொண்டு உள்ளார். பதிலை அனுப்ப வேண்டிய 'இ–மெயில்' விலாசத்தையும் அவர் குறிப்பிட்டு உள்ளார்.

எம்.எல்.ஏக்கள் அளிக்கும் பதிலை பொறுத்து பயிற்சி முகாமில் அவர்களுக்கு யோசனை வழங்கவும் அப்துல்கலாம் முடிவு செய்து இருக்கிறார். இது கர்நாடக எம்.எல்.ஏ.க்களுக்கு மட்டுமல்ல... அனைத்து மாநில எம்.எல்.ஏக்களிடமும் கேட்க வேண்டிய கேள்விகள்.

காலம் நமக்கு சாதகம்...

'இந்தியாவின் வளர்ச்சி கிராமப்புறங்களில் தான் இருக்கிறது' என்றார் மகாத்மா காந்தி. 'கிராமப்புறங்கள் வளர்ந்தால் இந்தியா வல்லரசாகிவிடும்' என்கிறார் முன்னாள் குடியரசு தலைவர் அப்துல் கலாம். கிராமங்கள் முன்னேறாமல் நம் நாடு முழு வளர்ச்சியைப் பெற்றுவிட முடியாது. நம் நாடு வல்லரசாக கலாம் சொல்லும் ஆலோசனை:

"ஒரு நாட்டின் முன்னேற்றம் அதன் பொருளாதார வளர்ச்சியிலும், அந்த நாட்டின் பாதுகாப்பிலும்தான் அடங்கியிருக்கிறது. நாட்டின் முன்னேற்றத்திற்கு போட்டித்தன்மை மிக்க பொருட்களை உற்பத்தி செய்து ஏற்றுமதி செய்வது இன்றியமையாதது. இருபத்தியோராம் நூற்றாண்டு உலகத்தில் சமூகங்களின் முக்கிய மூலதனம் பணமோ, தொழிலாளர்களின் அளவோ அல்ல. மாறாக அறிவே முக்கியமான ஒன்றாக மாறிவிட்டது. சமூகத்தில் அறிவாற்றலின் சீரான வளர்ச்சி மற்றும் அதன் முறையான பயன்பாட்டின் மூலம் வாழ்க்கைத் தரத்தையும் நாட்டின் பொருளாதாரத்தையும் உயர்த்த முடியும்.

அறிவார்ந்த சமூகம்

சுகாதாரம், கல்வி, கட்டமைப்பு முதலிய அளவீடுகளைக் கொண்டு வாழ்க்கைத் தரத்தை அளக்கலாம். நம் கனவு முன்னேறிய இந்தியா. அதற்கு அடிப்படைத்தேவை அறிவுசார் சமூகம். இந்தியாவில் இயற்கை வளங்களுக்கும், மனித வளத்துக்கும் பஞ்சமேயில்லை. நம் நாட்டின் மக்கள் தொகையைச் சுமையாக எண்ணக்கூடாது. ஆனால், இவை அனைத்தும் தனித்தனியான குழுவாக சிதறிக்கிடக்கின்றன.

இன்றுள்ள இந்தியர்களும் இந்த எண்ணிக்கையை அதிகரிக்கப் போகிற நாளைய மக்களும் சமுதாய உயர்வு காணாத வரை நம் நாட்டை நாம் முன்னேறிய நாடாக கருதிக் கொள்ள முடியாது.

நம் மக்கள் அனைவரும் பாதுகாப்பான மகிழ்ச்சி அளிக்கக்கூடிய ஒரு நிகழ்காலத்தைப் பெற்றிருப்பதுடன் சிறந்த ஓர் எதிர்காலத்தை அத்தகைய வளர்ச்சியுற்ற இந்தியாவைத்தான் நாம் எதிர்ப்பார்க்கிறோம்.

முன்னேற்ற விதி

வளர்ந்து கொண்டிருக்கும் நாடு வளர்ச்சியுற்ற நாடாக வேண்டும் என்றால், தன் பொருட்களை பல்வேறு நாடுகளிலும் சந்தைப்படுத்த வேண்டும். போட்டித்திறன்தான் பொருளாதார வளர்ச்சியை தீர்மானிக்கும். பொருளின் தரம், நல்ல பலன் தரக்கூடிய விலை, குறித்த நேரத்தில் தேவையைப் பூர்த்தி செய்வது ஆகியனவாகும்.

வளர்ந்து கொண்டிருக்கிற, வளர்ச்சியுற்ற நாடுகள் தங்கள் பொருட்களை சந்தைப்படுத்துவதில் கொண்டிருக்கும் போட்டியிடும் ஆற்றல்தான் முன்னேற்ற விதி என்பது. வளர்ச்சியடைந்த இந்தியா என்பதன் பொருள். நம் நாட்டின் பொருளாதார நிலைக்கு மாற்றுவதுதான். மக்கள் வறுமை கோட்டுக்கு மேலாய் வாழ வேண்டும். அவர்களுடைய கல்வியும் ஆரோக்கியமும் உயர்தரமாக இருக்க வேண்டும்.

இந்தியாவின் கிராமங்களுக்கு நகரங்களைப் போன்ற வசதிகள் கிடைக்கிற போதுதான் நாம் முன்னேறிய நாடாக ஆவோம். அப்போதுதான் கிராமங்களிலிருந்து நகரங்களுக்கு மக்கள் இடம்பெயரும் வீதம் குறையும்.

சபீதா ஜோசப்

கிராமங்கள் தன்நிறைவு பெற

வேலைவாய்ப்புகள் நகரங்களில் அதிகம் என்பதால், மக்கள் கிராமங்களிலிருந்து நகரங்களுக்குக் குடிபெயரத் தொடங்கிவிட்டனர். பெரும்பாலான நகரங்களில் 50 சதவீதத்துக்கும்மேல், குடிசைப் பகுதிகளாகவும், போக்குவரத்தை எளிதாக்க வேண்டும். இதுபோன்ற நடவடிக்கைகள் கிராமங்கள் தன்னிறைவு அடைய செய்யும்.

தொழில் நுட்பத்தில் முன்னேற

தகவல்தொடர்பு தொழில்நுட்பம், விவசாயம், தொழிற்துறை மற்றும் சுகாதாரம் போன்ற துறைகளில் அறிவு உருவாக்கம் மற்றும் அறிவு குவித்தல் எவ்வளவு சிறப்பாக உள்ளது என்பதைக் கொண்டுதான் ஒரு நாடு வளர்ந்த அறிவுசார் சமூகம் என்ற நிலையை அடைந்து விட்டதா என்று சோதிக்க இயலும்.

நம் நாட்டின் அடிப்படைப் படிப்பினைகளாக வல்லுனர் குழுக்களால் அடையாளம் காட்டப்படுபவை:

1. தகவல்தொடர்பு தொழில்நுட்பத்துறை

2. விண்வெளி ஆராய்ச்சி

1. பயோ–டெக்னாலஜி

4. வானிலை முன்னறிவித்தல் தொழில்நுட்பம்

5. நவீன தொலை மருத்துவம் மற்றும் தொலை கல்வி ஆகிய அனைத்தும் தகவல் தொழில்நுட்பத்துறை என்னும் பாலத்தால் இணைக்கப்பட்டுள்ளது.

நம் இந்தியா தகவல்தொடர்பு சமூகமாக மாறிக்கொண்டு வருகிறது.

ஆனால் அறிவுசார் சமூகமாக மாற இத்துறையில் மட்டுமில்லாமல், பல முனைகளிலும் தொழில்நுட்பத்தில் முன்னேற்றம் காணவேண்டும். அதற்கான சந்தர்ப்பங்கள் நமக்குச் சாதமாக உள்ளன'' என்று அப்துல் கலாம் சொல்லியிருக்கிறார்.

அறிவுப் பொக்கிஷம்

தொடக்கப் பள்ளியிலும் செயின்ட் ஜோசப் கல்லூரியிலும் இரண்டு உயர்ந்த ஆசிரியர்களை நான் கண்டிருக்கிறேன். எனது தொடக்கப் பள்ளி அறிவியல் ஆசிரியர் சிவசுப்பிரமணிய அய்யர் ஒரு சமஸ்கிருத அறிஞர்.

ஒவ்வொரு நாளும் அவர் மூன்று முறை சந்தியாவந்தனம் செய்வார். பாகவதம் படிப்பார். எனக்கு காம்ப்ளக்ஸ் எண்களின் கோட்பாடுகளைக் கற்றுக் கொடுத்த தோதாத்ரி அய்யங்காரும் ஒரு சமஸ்கிருத அறிஞரே.

வேதா ஆராய்ச்சி

இந்த இரு ஆசிரியர்களுக்கும் அடிப்படை கணிதமும் அறிவியலும்தான். சமஸ்கிருதம் பற்றி அறிந்திருக்கிறேன் புலமை, இயற்கை விவசாயம் உட்பட பல விஷயங்கள் குறித்து தீவிர ஆராய்ச்சி செய்துவரும் கர்நாடகத்தில் உள்ள மேல்கோடே சமஸ்கிருத அகாடமியை சேர்ந்த டாக்டர் லட்சுமி தாத்தாச்சாரையும் சமீபத்தில் சந்தித்து பேசினேன்:

"நான் சமஸ்கிருத நிபுணர் அல்ல. ஆனால் என் நண்பர்களில் பலர் சமஸ்கிருதத்தில் புலமை வாய்ந்தவர்கள். நமது பண்டைய சமஸ்கிருத நூல்களில் உள்ள அறிவுச் செல்வங்கள் பற்றி ஆராய்ச்சி செய்வதில் பல நாடுகள் முனைந்திருக்கின்றன. வேதங்களைப் பற்றிய ஆராய்ச்சி மிகவும் அவசியம்" என்றேன்.

சமஸ்கிருதம்

குறிப்பாக... மருத்துவம், விமான அறிவியல், அடிப்படை பொருட்கள்பற்றிய அறிவியல், மற்றும் தொடர்புள்ள துறைகள் பற்றி அதர்வண வேதத்தில் பல முக்கிய விஷயங்கள் உள்ளன. சமஸ்கிருதம் சரளமாகப் பயன்படுத்தப்படும் இன்னொரு துறை குறியீட்டு இயல் (கிரிப்டாலஜி). இப்படி பல செல்வங்கள் அடங்கியது சமஸ்கிருதம்.

நாட்டின் பல பகுதிகளில் சிதறிக்கிடக்கும் சமஸ்கிருத இலக்கியங்களைக் கண்டறிந்து, அவற்றை ஆவணப்படுத்தி, பாதுகாக்க வேண்டும். இந்த நூல்களை ஒலி, ஒளி ஊடகங்களில் பதிவு செய்யும் தொழில்நுட்பத்தின் உதவியோடு ஒரு டிஜிட்டல் நூலகம் போன்று உருவாக்கினால், பல தலைமுறைகளுக்கும் நீண்ட காலங்களுக்கும் இந்த செல்வத்தைப் பாதுகாக்கலாம்.

வால்மீகி, வியாசர், காளிதாசர், பாணினி போன்ற பேரறிஞர்களும் கவிஞர்களும் இதிகாசங்களை உருவாக்கியவர்கள். இவர்களது வாழ்க்கை வரலாறுகளை ஆழ்ந்து படிக்க வேண்டும். இளைய அறிஞர்களுக்காக இந்திய அரசு வழங்கும் மகரிஷி பாதராயண் சம்மான் மற்றும் சமஸ்கிருத்தில் மதிப்பு சான்றிதழ் பெற்ற சில அறிஞர்களை வித்யாபீடம் அழைத்து அவர்கள் மாணவர்களோடு தங்கி கலந்துரையாடுமாறு செய்ய வேண்டும். இது மாணவர்கள் சமஸ்கிருதத்திலும் வேதத்திலும் புலமையை வளர்த்துக் கொள்ள துணை புரியும்.

திருக்குறள் படி

"வெள்ளத் தனைய மலர்நீட்டம் மாந்தர்தம்

உள்ளத் தனையது உயர்வு"

நீர்நிலைகள் பலவற்றை நாம் காணும்போது சற்றே கூர்ந்து நோக்கினால், அங்கு அழகாக பூத்திருக்கும் அல்லியும் தாமரையும் தண்ணீரின் அளவையோ பரப்பையோ அல்லது அதன் தரத்தையோ எண்ணித் தயங்காது. அதன் உள்ளம் காணும் மலர்ச்சிபோல மனிதர்களின் உள்ளங்களில் ஒரு லட்சியம் இருந்தால் எவ்விதமான இடைஞ்சல்களாலும் சோதனைகளாலும் துவளாது எந்த சூழ்நிலையிலும் வெற்றியடைய வாய்ப்புகள் உருவாகும்.

இடுக்கண் வருங்கால் நகுக; அதனை

அடுத்தூர்வது அஃதொப்பது இல்

மனித வாழ்வில் எந்த செயலையும் தொடங்கி முடிக்கும் வரை ஏதாவது ஒரு தடங்கல் அல்லது துன்பம் வருவது இயற்கை. துன்பத்தை கண்டு கலங்க கூடாது. உள்ளத்தில் உறுதி வேண்டும். உள்ள உறுதியால் துன்பத்தை விரட்டி அடிக்க முடியும்". இப்படி திருக்குறள் நாட்டுக்கும், நாட்டு மக்களுக்கும் எத்தனை உபயோகமாக இருந்திருக்கிறது என்பதை அப்துல்கலாம் சொல்கிறார்.

நல்லொழுக்கம்

தர்மம் என்பதன் வரையறை பார்த்தபோது அது சிருஷ்டிக்கப்பட்ட பிரபஞ்சத்தினை தாங்கும், போஷிக்கும், ஒருங்கிணைத்து பாதுகாக்கும் என கண்டேன். அது இல்லாமல் இப்பிரபஞ்சமே பிரிந்து போய் அழிந்துவிடும். வாழ்க்கையின் ஒவ்வொரு காலகட்டத்துக்கும் தர்மம் ஒவ்வொரு விதமான நினைவு கொண்டு ஆய்வுப் புத்தகங்கள் பல தோன்றி மக்களின் வாழ்வை சிறப்புறச் செய்யட்டும். எனக்கு நல்லொழுக்கம் குறித்து ஒரு தெய்வீகக் கவிதை நினைவுக்கு வந்தது.

எங்கே இதயத்தில் அறவொழுக்கம் இருக்கிறதோ
அங்கே செயல்பாட்டில் அழகு இருக்கும்.

எங்கே செயல்பாட்டில் அழகு இருக்கிறதோ
அங்கே வீட்டில் ஒத்திசைவு இருக்கும்.

எங்கே வீட்டில் ஒத்திசைவு இருக்கிறதோ
அங்கே தேசத்தில் ஒழுங்கு இருக்கும்.

எப்போது தேசத்தில் ஒழுங்கு இருக்கிறதோ
அப்போது உலகில் அமைதி நிலவும்.

சபீதா ஜோசப்

அறவுணர்வு

இதயம் நன்னடத்தை, தேசம் மற்றும் உலகம் ஆகியவற்றை இணைக்கும் அழகிய உறவினை நாம் இங்கு காணமுடிகிறது. ஒரு சமுதாயத்தில் அதன் அனைத்து பாகங்களிலும், நாம் அறத்தினை வளர்க்க வேண்டும். அதன் பயனாக இந்த குடும்பம் மூன்று தத்துவங்களின் அடிப்படையில் செயல்படுகிறது.

(அ) அனைவரையும் ஈஸ்வர சொரூபமாக காண்பது.

(ஆ) ஈஸ்வர கருணையில் உள்ளார்ந்த நம்பிக்கை

(இ) பகவானின் நாம ஜெபத்தையே சார்ந்திருத்தல்

ஆன்மிக உணர்வு

நான் இந்த மீரட் ஆன்மீக குடும்பம் குறித்து மிகவும் கேள்விப்பட்டிருந்தமையால் அண்மையில் அங்கு சென்றிருந்த போது இந்த குடும்பத்தை சென்று பார்த்தேன். இந்த குடும்பம் பாட்டி– தாத்தாக்கள், பேரக் குழந்தைகள், இளைஞர்கள் முதல் அனுபவசாலிகள் என மீரட்டின் பல பகுதிகளிலிருந்து வந்திருந்தவர்களைக் கொண்டிருந்தது. இந்த கூட்டுக்குடும்ப தொடர்பால் இவர்கள் அனைவருமே எவ்வாறு வாழ்க்கையில் மாற்றமடைந்தார்கள் என கூறினார்கள்.

நான் அவர்களின் பஜனையின்போது அவர்கள் ஒவ்வொருவரும் அதனை அனுபவித்து பாடினார்கள். ஒவ்வொருவரிடமும் உற்சாகம் கொப்பளித்தது. சுருக்கமாக பிரார்த்தனை நேரத்தில் அங்கே முழுக் குடும்பமும் புதியதோர் ஆனந்த தளத்தில் இருந்தனர்

அந்த குடும்பத்தினரிடம் நான் கலந்துரையாடிய போது அதில் எனக்குத்

தெரிந்த ஒரு விஷயம் அவர்கள் எதை செய்வதாக இருந்தாலும் அதனை ஈஸ்வர அர்ப்பணமாக செய்கிறார்கள். அவர்கள் செய்யும் செயல்கள் இறைப் புனிதத்துடன் பின்னிப் பிணைந்துள்ளது. உதாரணமாக தோட்ட வேலை செய்பவர்தான் செய்யும் தோட்ட வேலை இறைவழி பாட்டில் மலர்களை அளிக்க உதவுகிறது எனும் உணர்வுடன் தோட்டத்தில் உழைக்கிறார்.

சமுதாயம் முழுவதும் அறமுடையதாக இருக்க குடும்பத்தில், கல்வியில், சேவையில், வேலை வாய்ப்பில், வர்த்தகத்தில், ஆட்சி நிர்வாகத்தில், தொழிற்சாலைகளில், அரசியலில், அரசாங்கத்தில், நீதித்துறையில் அறவுணர்வு இருத்தல் வேண்டும்

இந்த சூழ்நிலையில் மீரட்டில் நான் ஒரு தெய்வீக சூழலில் அன்பும் சந்தோஷமும் புன்னகையும் பிரகாசிப்பதை கண்டேன். அவற்றை உங்களுடன் பகிர்ந்து கொள்கிறேன். மீரட்டில் கூட்டுக்குடும்ப ஸ்தாபனம் ஒன்றைக் குறித்து கேள்விப்பட்டேன். இதன் பெயர் கிருஹஸ்த ஆஸ்ரமம். 60 முதல் 70 பேர் இறை கீர்த்தனைகளைப் பாடுபவர்கள், இசை அமைக்கிறவர்கள். அவர்கள் இசைக்குருவிகள் மூலம் அந்த பகவத் லயம் அந்த இடத்தில் சுடர்விடுகிறது, மகிமையை பாடுகிறார்கள். குடும்பத் தலைவருக்கு உறுப்பினரும் பகவானின் சொரூபமே ஆவர். ஒவ்வொருவரும் ஒவ்வொரு தொழிலை செய்பவர்கள் அனைவருமே அவர்களது செயல்பாட்டு திறம்பட உயர்ந்திருப்பதாக உணர்ந்தார்கள்.

சபீதா ஜோசப்

முத்துக்கள்

அத்துடன் அது அவர்கள் அனைவரையுமே மனநிறைவும் ஆனந்தமும் அடைய வைத்தது. இத்தகைய தெய்வீக சூழல் நிலவும் கூட்டுக் குடும்பங்கள் நிச்சயமாக நம் தேசத்தில் பல்வேறு இடங்களில் பல்சமய சூழல்களில் இருக்கின்றன. நிச்சயமாக வீடுகளில் நிலவும் இணக்கமான சூழல் தேசத்தில் சீர்மையையும் அதன் மூலம் உலகத்துக்கு அமைதியையும் அளிக்கும்.

நான் என்றுமே ராமகிருஷ்ணர், விவேகானந்தரின் ஆன்மிக கருத்துக்களால் உத்வேகம் பெற்றுள்ளேன். ஸ்ரீ ராமகிருஷ்ணர் கூறுகிறார்:

ஆழ் சமுத்திரத்தில் முத்துக்கள் உள்ளன. ஆனால் அவற்றைக் கண்டெடுக்க ஒருவர் அனைத்து ஆபத்துகளையும் சந்திக்க வேண்டும். ஒருமுறை மூழ்குவதில் முத்துக்கள் கிடைக்கவில்லை என்றால் மீண்டும் மீண்டும் மூழ்கி முயற்சி செய்யவேண்டும். நிச்சயமாக இறுதியில் உங்களுக்கு வெற்றி கிட்டும்.

அவ்வாறே இந்த உலகத்திலேயே பகவானை காண்பது என்பதும். உங்கள் முதல் முயற்சி பலனளிக்கவில்லை என்றால் இதயம் தளர்ந்து விடாதீர்கள். முயற்சியில் மீண்டும் மீண்டும் ஈடுபடுங்கள். நிச்சயமாக இறுதியில் நீங்கள் ஈஸ்வர அனுபவம் அடைவீர்கள்" என்கிறார் கலாம்.
(நன்றி தினமலர்:)

குறளும் கலாமும்

"ஈரடிகளைக் கொண்ட 1330 பாக்களால் உலகம் அனைத்துக்கும் பொருந்தும் படியாக அரிய கருத்துக்களை வழங்கியவர் திருவள்ளுவர்.

ஒரு வகையில் அவரும் நானும் ஒன்றுதான். அவரும் அணுவைக் கையாண்டார், நானும் அணுவைக் கையாண்டேன், அணுவைத் துளைத்து ஏழுகடலை புகுத்தி அரிய கருத்துக்களைச் சொல்லியவர் திருவள்ளுவர்.

எனது கல்வி மேன்மையடையவும், எனது எண்ணம் உறுதி படவும், அவருடைய குறள்களே உதவின. அளவிட முடியாத ஆற்றல் நமக்கிருந்தது. அதை நேராகச் செலுத்தக் கூடிய அறிவு இல்லாவிட்டால் பேராபத்து. இதை வள்ளுவர் தமது குறளில் அற்புதமாக விளக்கியிருக்கிறார்.

வள்ளுவர் கூறாத நிர்வாக முறைகளே கிடையாது புதுதில்லி தேசியப் புத்தகக்கழக விழாவில் அப்துல் கலாம் குறள்பற்றி கூறியது.

யாருமே ஆறாத ரணத்தை இதயத்தில் சுமக்க கூடாது. மன்னித்தருளும் தன்மையே வாழ்வில் வளமை உண்டாகும்.

திருக்குறள் என் வாழ்வில் இணைந்த மிக முக்கிய வாழ்க்கைச் சித்தாந்தம், என் மாணாக்கப் பருவத்தில் நான் அறிந்த திருக்குறள் என்னுடைய வாழ்வில் முக்கிய அங்கமாகி, என் மனதில் லட்சியப் பொறிகளை உருவாக்கியது.

வளர்ந்த இந்தியா

செல்வத்திற் கெல்லாம் தலையான செல்வம்
என்ன என்று உள்ளுக அது மாந்தரின்
உள்ள எழுச்சியன்றோ....சக்திகளுக் கெல்லாம்
பெரியசக்தி சிகரமாகும்.

பூமியிலும் விண்ணிலும்
பூமியினடியிலும்
அணுசக்தி போன்றது
மாந்தரின் உள்ள எழுச்சி"

(கலாமின் கவிதை)

"சிறந்த மருத்துவர்கள் உடலுக்கு மட்டுமல்ல, மனதுக்கும் சிகிச்சை வழங்கக் கூடியவர்கள். மனம் மற்றும் உடல் ஆகிய இரண்டிற்கும் ஒரு சேர மருத்துவம் பார்ப்பதே இன்று நம் தேவை.

மக்களின் வேதனையைப் போக்க வேண்டும். சிறந்த மருத்துவராக வேண்டும்" விஞ்ஞானி நெல்லை.சு. முத்து அவர்களின் மருத்துவம் படிக்கும் மகளுக்கு வாழ்த்து தெரிவிக்கும்போது கலாம் சொல்லிய வார்த்தைகள்.

அறிவுத் தீபமேற்று:
இறைவா நாங்கள் உங்கள் படைப்பு
வணங்கித் துதிக்கிறோம் தொழுகின்றோம்
எங்கள் வாழ்விலும் அறிவுத் தீபமேற்று!

கோடானு கோடியுடன் மக்கட்கு நின்னருள்
ஆறு போல் கடல் போல் பொங்கித் ததும்பிட
எங்கள் வாழ்விலும் அறிவு தீபமேற்று"

(திருவனந்தபுரம் மனநலம் குன்றியவர்களுக்கான மையத்தில் கலாம் கவிதை எழுதி வாசித்தது)

அனைவர்க்கும் ஆரோக்கிய வாழ்வு

'**நோ**யற்ற வாழ்வே குறைவற்ற செல்வம்' என்பது தமிழ் சான்றோர் வாக்கு, 'நோய்க்கு இடங்கொடேல்' என்பது தமிழ் மூதாட்டி அவ்வை வாக்கு. நாட்டு மக்கள் அனைவருக்கும் நல்ல தண்ணீர், நல்ல காற்று, ஆரோக்கியமான உணவு கிடைக்க வேண்டுமானால் நாட்டில் அதற்கான சூழல் அமையவேண்டும். அதற்குப் படித்தவர்கள், நாடாள்பவர்கள் சிந்தித்து செயல்படவேண்டும். என்பதே அப்துல் கலாம் அவர்களின் எண்ணமாக இதுவரை இருந்து வருகிறது. அவரது எண்ணத்தின் வெளியீடே பின் வரும் வார்த்தைகள்.

மூன்று வகை இந்தியர்

"நம் முன்னாள் பிரதமர் ஐ.கே. குஜரால் 1998-ஆம் ஆண்டு ஹைதராபத்தில் நடைபெற்ற அறிவியல் மாநாட்டின்போது தமது உரையில் நம் நாட்டின் அடிப்படை நலவாழ்வு வசதிகளின் நிலைமை பற்றி வெளிப்படையான ஓர் உண்மையைச் சுட்டிக்காட்டினார்:

"இந்த மேடையில் மேதகு பிரமுகர்களுக்காகப் பாட்டிலில் தண்ணீர் வைக்கப்பட்டிருப்பதைப் பார்க்கிறேன். இது மூன்றுவகை இந்தியர்களை நினைவூட்டுகிறது. 1. பாட்டில் குடிநீர் வாங்க வசதி படைத்தவர்கள், 2. தம் வீட்டுக் குழாய்களிலோ அல்லது அருகிலுள்ள பொதுநீர்க் குழாயிலோ அல்லது அடி பம்பிலோ முண்டியடித்து ஏதேனும் தண்ணீர் பிடிப்பவர்கள். இவர்களுக்கு நீரின் தரமும், விநியோகச் சீரும் பொருட்டல்ல. மூன்றாவது வகை இந்தியர்களுக்குத் தண்ணீர் என்பது ஓர் அன்றாடப் பிரச்சினை. எந்த அழுக்குத் தண்ணீரையும் குடிக்கத் தயாரானவர்கள் இவர்கள்"

நம் இதே நிலை நீடித்து வருவது மிகப் பெரும் தேசிய வெட்கக்கேடு என்று மேலும் அவர் கூறினார். இந்த விஷயத்திலும், இது தொடர்பான சுகாதாரப் பராமரிப்பிலும் நாம் போதிய கவனம் செலுத்தவில்லையென்றால், நம் வாழ்க்கைப் பயணத்தில் அடுத்த பத்து ஆண்டுகளுக்கும்கூட இதையேதான் திரும்பத் திரும்பச் சொல்லிக் கொண்டிருக்க நேரும்.

ஆரோக்கியம் என்றால்

நன்கு ஆராய்ந்து பார்த்தால் தனது மக்களுக்கு முழுமையான ஆரோக்கிய வாழ்வு வழங்கும் திறனை வைத்தே எந்த ஒரு சமுதாயமும் மதிப்பிடப்பெறும். ஆரோக்கியம் என்றதும் வெறுமனே நோய்களையும் நோவுகளையும் மட்டும் குணப்படுத்தும் திறமை என்று சாசனம் எழுதிவிட முடியாது. நோய்நொடிகள் வராமல் தடுப்பதற்கு உகந்த வழிமுறைகள், நடவடிக்கைகள் மேற்கொள்வதும் அதில் அடங்கும்.

இருப்பினும் எல்லா நோய்களையும் முற்றிலுமாகக் குணமாக்கவும் இயலாது என்பதும் நாமறிவோம். எடுத்துக்காட்டாக புற்றுநோய் அல்லது நீரிழிவு நோய்க்கான காரணம் என்னவென்று முழுமையாகத் தெரியாது. வேறு பல மரபியல் கோளாறுகளுக்கோ சிகிச்சையே கிடையாது. ஒவ்வாமை நோய்களுக்கும் ஆஸ்துமா போன்ற மூச்சிரைப்பு பிரச்சினைகளுக்குக்கும் கூட நிரந்தர மருத்துவ நிவாரணம் இருக்க வாய்ப்பில்லை என்றாலும், காலந்தவறாமல் மருந்துகள் உட்கொண்டும், முன்னெச்சரிக்கை நடவடிக்கைகள் மேற்கொண்டும் நோயாளிகள் பலரால் இயல்புவாழ்க்கை வாழ முடிகிறது.

நோய்த் தடுப்பு

பொது சுகாதார முறைகளாலும், நோய் பரப்பும் (அசுத்த நீர் போன்ற) பொருள்களையோ அல்லது (கொசு போன்ற) ஜந்துக்களையோ கட்டுப்படுத்துவதாலும், நோயெதிர்ப்புத் திறன் ஊட்டும் மாபெரும் செயல் திட்டங்களாலும் எளிதில் பரவக் கூடிய நோய்களைத் தடுத்திட முடியும். –ஊட்டச் சத்துக்களிலும், துணைச் சத்துணவுப் பொருள்களிலும் நாம் போதிய அக்கறை எடுத்துக்கொண்டால் எண்ணற்ற நோய்களை மட்டுப்படுத்த இயலும். எடுத்துக்கட்டாக,

அயோடின் சத்து கலந்த உப்பு நம் நாட்டின் பெரும் பகுதிகளில் மூர்க்கத்தனமாகப் பரவியுள்ள முன்கழுத்துக் கழலை நோய் வராமல் தடுக்க உதவும். உலக அளவில் கணக்கெடுத்தால் விழி இழந்தோரும் பார்வைக் குறையுற்றோரும் ஆக 25 சதவீதம் பேர் நம் நாட்டில்தான் வாழ்கின்றனர்!

வைட்டமின் ஏ உட்கொண்டால் கண்பார்வை இழப்பைத் தடுக்கலாம். மேலும், உண்மையிலேயே சரிவிகித உணவினாலும், போதிய உடற்பயிற்சியாலும் நம்மிடையே கூடிய வரை பலவகை இதய நோய்களைத் தடுக்கலாம்.

நோய் அறிதல்

உடல்நலப் பிரச்சினை தொடர்பான தகவல்களைப் பல வழிகளில் அணுகுவதற்கேனும் செல்வந்தர்களால் முடிகிறது: பத்திரிகைகள் மூலமாகவும், பிறருடன் கலந்து உரையாடுவதாலும், மருத்துவர்கள் மற்றும் மருத்துவ நிபுணர்களிடம் சென்று ஆலோசனை கேட்பதாலும் பணக்காரர்களுக்கு இது சாத்தியம். குறைந்த வருமானக்காரர்கள் மற்றும் பாமர ஜனங்கள் விஷயத்தில் அப்படி இல்லை.

அவர்களுக்கு உடல்நலக் கல்வி அறவே போதிக்கப்படவும் இல்லை. தாங்களே விரும்பினாலும் கூட, மருத்துவரை அணுகும் வாய்ப்பு பலருக்கு இல்லை. மேலும் அவசரமாகத் தேவைப்படும்போதுகூட முறையான சிகிச்சை பெற வசதி அற்றவர்கள், எப்போதும் இல்லையென்றாலும் பல வேளைகளிலும் அவர்கள் போலி வைத்திய முறைகளையே நாடுகின்றனர்.

சுகாதார மையங்கள்

ஒரு சில நீங்கலாக ஏனைய ஆரம்ப சுகாதார மையங்கள் பெரும்பாலும் மக்களுக்குப் போதிய உடல்நலப் பராமரிப்பு வழங்குவதும் இல்லை. இதற்குப் பல்வேறு காரணங்கள்: முதலில் அந்தச் சுகாதார மையங்களுக்கு மருந்து விநியோகம் முறையாகவும் போதுமானதாகவும் இல்லை. அங்குத் தேவையான அளவு மருத்துவர்களோ அல்லது நிகர்நிலை மருத்துவ பணியாளர்களோ கிடையாது.

மருத்துவ ஊழியர்களின் தயவு தாட்சண்யம் அற்ற அலட்சியப் போக்கு உள்ளூர் பிரமுகர்களின் சிபாரிசுகளுக்கு வளைந்து கொடுக்கும் அனுசரிப்பு, அதீத அதிகார வர்க்கச் செயலமைப்பு இப்படிப் பற்பல காரணங்களால் ஆரம்ப சுகாதார மையங்கள் சிறப்பாகச் செயல்படுவதில்லை.

இத்தனை இருந்தும், நம் இந்தியாவில் 1971-ஆம் ஆண்டுக் கணக்குப்படி (ஆயிரம் பேருக்கு) 149 என்று இருந்த மரண விகிதம் இன்று 1995-ஆம் ஆண்டு 9 என்கிற அளவாகக் குறைந்து உள்ளது. இதில் நாம் அனைவருமே பெருமிதம் அடையலாம்.

சுற்றுப்புறத் தூய்மை

அசுத்த நீர் வழிந்தொழுக முறையான வடிகால்கள் அமைக்க வேண்டும்.–குப்பை கூளங்கள், சாக்கடை நீர், மனித, தொழிற்சாலைக் கழிவுகள் அனைத்தையும் அப்புறப்படுத்துவதும் அவசியம். இவையே சுற்றுச் சுழலினை நுண்மட்ட அளவில் தூய்மையாகப் பாதுகாப்பதற்கு உரிய மிக முக்கிய நடவடிக்கைகள் ஆகும். நோய் வராமல் தடுக்க இதுவே சிறந்த முன் ஏற்பாடு. சுத்தம் சுகம் தரும். சுற்றுப்புறத் துப்புரவின் அவசியத்தை நேரடியாகப் புரிந்து கொள்ள வேண்டுமானால்.

ஒரு முறை மும்பை அல்லது தில்லி சேரிகளுக்குச் சென்று பார்வையிட்டால் போதும். இந்தியக் கிராமப்புறங்களில் இன்றைக்கும் கூடப் பெரும்பாலான பெண்கள் பொழுது இருட்டும் வரை காத்திருந்து திறந்த வெளிகளில் போய்த் தங்கள் நித்திய இயற்கை உபாதைகளிலிருந்து விடுபட வேண்டிய அவலம் நீடிக்கிறது. இத்தகைய அசுத்தக் கழிப்பிடங்களால் அவர்களுக்கு நோய் பீடிக்கும் வாய்ப்புகள் அதிகம்.

சபீதா ஜோசப்

கழிவு கள்

ய.சு.ராஜன் அறிவியல் மற்றும் தொழில்நுட்பத் துறையின் ஒரு சுகாதாரத் திட்டம் தொடர்பாக ஒரு முறை மும்பை சென்றிருந்தார். அங்குள்ள குப்பைக் கழிவுகளைத் தீங்கற்ற பொருள்களாகப் பதப்படுத்த ஒரு பெரும் ஆலை நிறுவிடவும். சேரிவாசிகளுக்குக் கழிப்பிட வசதிகள் ஏற்படுத்துவதும் –குறித்த திட்டம். நடுவில் ஒரு தூண். அதைச் சுற்றிலும் பத்து கழிப்பறைகள் கட்டப்பட வேண்டும். அதற்கானதோர் இடம் தேர்ந்தெடுக்கும் நோக்கத்தில் மும்பையின் சேரிகளைப் பார்வையிட்டார் ராஜன். மழையே பெய்யாத காலங்களிலும் அங்குள்ள குடிசைகளைச் சுற்றிலும் நீண்ட நாட்களாகத் தேங்கிக் கிடக்கும் துர்நாற்றக் குட்டைகள். அத்துடன் அங்குக் குடியிருப்போர் வெளியேற்றிய உடற்கழிவுகளும் வீசி எறிந்த குப்பை கூளங்களும் அங்கிங்காக வெவ்வெறு வடிவங்களில் இரைந்து கிடந்தன.

இந்தச் சூழ்நிலையில் அவர்களின் குழந்தைகள் எவ்விதம் ஆரோக்கியமாகவும் நோயின்றியும் வாழ முடியும்? அனைத்திற்கும் மேலாக, கழிப்பறைகள் போன்ற பொது உபயோக இடங்களை எல்லாம் அவர்கள் சுத்தமாக வைத்துக் கொள்வார்கள் என்று எப்படி எதிர்பார்க்க முடியும்? எத்தனை வறுமை ஒழிப்புத் திட்டங்கள் வந்தாலும் அவை மும்பைச் சேரிகளுக்கு மட்டும் பொருந்தாது. ஏனெனில், அந்தச் சேரிவாசிகளின் சம்பாத்தியம் எல்லாம் வறுமைக் கோட்டிற்கும் மேலே அல்லவா இருக்கிறது!

அவர்களுக்கு நல்ல உடையும், சிறந்த உணவும் கிடைக்கிறது. ஆனால் இந்த முன்னேற்றத்தின் அனைத்து அம்சங்களையும் அவர்களது பீதியூட்டும் தூய்மையற்ற சுற்றுப்புறங்கள் நிராகரிக்கின்றன. இத்தகைய சூழ்நிலை நம் நாட்டின் பல்வேறு பெருநகரங்களிலும் நிலவுகிறது. இந்தச் சேரிகளை கண்காணாத் தொலைவுக்கு அகற்றுவதும், அங்கு வசிப்பவர்களைப் பல

கிலோமீட்டர்கள் தூரத்தில் விலக்கி வைப்பதும் மேட்டுக்குடி இந்தியர்களின் பிரதிவினை ஆகும். அல்லது, அந்த அசுத்தப் பகுதியை எவர் பார்வையிலும் படாதபடி பெரிய சுவர்கள் எழுப்பி மறைத்து ஒதுக்கி விடுகிறார்கள்!

நல்ல குடிநீர்

குடிநீர்ப் பிரச்சினைகளைச் சமாளிப்பதில் தொழில்நுட்பம் எவ்விதம் துணைபுரிகிறது என்பதைச் சமீபத்திய ஒரு சம்பவம் செயல்விளக்கிக் காட்டுகிறது. பாதுகாப்புத்துறை ஆராய்ச்சி மற்றும் மேம்பாட்டு நிறுவனத்தின் கீழ் ஜோத்பூரில் இயங்கி வரும் ஒரு பரிசோதனைக் கூடம் உப்புக்கலங்கல் நீரைக் குடிநீராக மாற்ற உதவும் மின்னாற்பகுப்பு அல்லது உப்புநீக்க –முறையை மேம்படுத்தி இருக்கிறது. இந்த முன்னோடி நிகழ்ச்சி மேலும் தொடர்ந்து நம் நாட்டின் பல்வேறு பாகங்களிலும் நடைபெறக் கூடும்.

சபீதா ஜோசப்

அடுத்தகட்ட ஆரோக்கியம்

நாம் வாழும் உறைவிடங்கள் அல்லது பணியிடங்களில் சிறந்த பொதுச் சுகாதாரச் சூழ்நிலைகள் அவசியம். மேம்படுத்தப்பட்ட தூய்மையான நுண் சுற்றுச்சுழலும் நம் உடல் ஆரோக்கியத்திற்கு மிக மிக அவசியம். இனிவரும் ஆண்டுகளில் தொழிற்சாலைகளின் உள்ளே மட்டுமன்றி; நிலக்கரிச் சுரங்கள், கல் குவாரிகள், சாலைகள் போன்ற திறந்தவெளிப் பணியிடங்களின் சுற்றுச்சூழல் குறித்தும் அதிகக் கவனம் செலுத்த வேண்டும். அருமையான சுற்றுச்சூழலில் குடியிருக்கவும். பணியாற்றவும் சராசரி இந்தியக் குடிமக்கள் அனைவருக்கும் எல்லாவிதத் தகுதியும், உரிமையும் உண்டு.

இத்தகைய நல்ல தூய்மையான சுற்றுச் சுழலுக்கு அடுத்தபடி, போதுமான சத்துக்களுடன் கூடிய சிறந்த ஊட்டச் சத்துணவின் தேவை எழுகிறது. அம்மை குத்துதல், தடுப்பு ஊசி போடுதல், நோயெதிர்ப்புத் திறன் ஊட்டுதல், காலாந்தர உடல்நலப் பரிசோதனைகள், மருத்துவச் சிகிச்சை போன்ற நோய்த் தடுப்பு முறைகளே, உடல்நலப் பராமரிப்பில் நம் அடுத்த கட்ட நடவடிக்கைகள். இங்கு நன்மைகள் எல்லாமும் எல்லாரும் பெற வேண்டும்.

மனித நேயச் சேவைகள்

பொதுச் சுகாதாரச் சேவைகள் இன்று கடுமையான நெருக்கடிக்கு உள்ளாகி இருக்கின்றன மருத்துச் சேவையை வணிகமயமாக்கும் போக்கும் தென்படுகிறது. இவற்றை எல்லாம் தாக்குப்பிடிக்கும் வகையில் காப்புறுதி அல்லது சமூகநலப் பாதுகாப்பு ஏற்பாடுகள் அனைவராலும் பெற முடிந்த வகையில் பரவலாகிட வேண்டும். அப்போதுதான் மேற்குறித்த வணிகமயப் போக்கினால் தன்னளவில் எவ்விதத் தீங்கும் எழாது.

இதற்கிடையில் நன்னம்பிக்கை அளிக்கும் பல பிரகாசமான விஷயங்களும் உள்ளன. செல்வாக்குப் படைத்தவர்களின் தேவைகள், கற்பனைகளுக்கு விருந்தளிக்கும் விதத்தில் விலை உயர்ந்த மருத்துவ நல அமைப்புகள் நடத்தி வரும் மருத்துவ நிபுணர்களே குறைந்த செலவில் பாமரர்களுக்கும் சிறந்த மருத்துவத் தொண்டாற்றி வருகின்றனர். ஹைதராபாத்தில் எல்.வி. பிரசாத் கண் மருத்துவமனையில் இத்தகைய மனித நேயச் சேவைகள் நடைபெற்று வருவதை அறிவயலாம்.

அரசாங்கமே நடத்தி வரும் பல்வேறு மருத்துவ மையங்களிலும் கூட மருத்துவர்களும், ஊழியர்களும் தொண்டு மனப்பான்மையுடன் கூடிய நற்சிந்தனைகள் உடையவர்களாக இருக்கின்றனர். தற்போது அங்கு நிலவும் மருத்துவ அமைப்புகள் மேன்மேலும் செவ்வனே இயங்கிடவும் அவர்கள் உதவுகின்றனர். மாற்று மருந்துகளும் முழுமையான வேறு பிறசிகிச்சை முறைகளும் எடுத்தாளும் மருத்துவ அமைப்புகளும் உள்ளன. இந்த அமைப்புகளை மக்களுக்கு உதவும்படி நம்மால் மாற்றவும் முடியும்.

உடல் நலப் பராமரிப்பு

இன்று இந்தியர்கள் நூறு கோடிக்கும் அதிகம். இவர்களில் ஒரு சிலர் மட்டும் ஆடம்பர வாழ்க்கை வாழ்ந்து வருகின்றனர். அடுத்தபடி, நடுத்தர வர்க்கத்தினர் என்று சம்பிரதாயமாகச் சுட்டப் பெறுவோர் 20 முதல் 30 கோடி இந்தியர்கள், இவர்கள் வாழ்க்கைத் தரம் பலவிதம் ஆனால் இவர்களுக்குப் பொருள்வள ஆதாரங்கள் மிகக் சொற்பம். நவீன வாழ்க்கையின் இறுக்கத்தைச் சந்திப்பவர்கள் இவர்களே.

நம் நாட்டு மக்கள் தொகையில் மீதிப் பேர் வாழ்வுக்கும் தேவைக்கும் இழுபறியுடன் நிரந்தரப் பாதுகாப்பு இல்லாத பணிகளில் இடர்ப்படுவார்கள். ஜனத்தொகையில் பெரும்பகுதி இவர்கள்தாம். தங்கள் உடல்நலப் பராமரிப்பில் முதலீடு என்பது அவர்களால் சமாளிக்கவே முடியாத ஆடம்பரச் செலவு மாதிரி.

இந்தியாவில் பரவும் கொள்ளை நோய்களின் எதிர்கால நிலை குறித்து மருத்துவ நிபுணர்களிடையே டிஃபாக் (தொழில் நுட்பத் தகவல் முன்னறிவிப்பு மற்றும் கணிப்புக் குழுமம்) நடத்திய ஆய்வுக் கணிப்பு பிரதிபலிக்கும் எதார்த்தம் இது.

நோய்கள் குணமாக

இந்நூற்றாண்டுத் தொடக்கத்தில் குறுகிய காலத்தினுள் மருத்துவ முன்னுரிமை தேவைப்படும் நோய் 'டி.பி' என்கிற காசநோய் ஆகும். பேறுகால, ஊட்டச்சத்து சார்ந்த தொற்று நோய்களில் காச நோய் (எலும்புருக்கி நோய்) முதலிடம் வகிக்கிறது. அடுத்தபடி எய்ட்ஸ், பூச்சி வழி பரவும் நோய்கள் மற்றும் வயிற்றுப்போக்கு ஆகியவை இடம்பெறுகின்றன.

இவற்றைத் தொடர்ந்து ஊட்டச்சத்துப் பற்றாக்குறை நோய்கள், ஹெப்பாட்டைட்டீஸ் எனும் மஞ்சள் காமாலை நோய், கர்ப்பம் மற்றும் பிரசவம் தொடர்பான நோய்கள், 'வாக்சின்' தடுப்பு ஊசிகளால் தவிர்க்கப்படக் கூடிய நோய்கள், நாள்பட்ட சுவாசத் தொற்றுநோய்கள், பேறுகாலக் கோளாறுகள், தொழுநோய் மற்றும் பாலியல் நோய்கள்.

தொழில்நுட்ப மேம்பாடுகளைக் கையாண்டு 2020–ஆம் ஆண்டுக்குள் இத்தகைய நோய்களைக் கணிசமான அளவில் குறைக்க முடியும் என்று நிபுணர்களும் சுட்டிக் காட்டுகின்றனர்.

'இஷ்கீமிக்'(மிஃநீலீணீமீனீவீநீ) என்கிற இரத்த ஓட்டக்குறை நோய்கள், மாரடைப்பு, மகளிர் புற்றுநோய்கள் போன்றவை தொட்டால் பரவக் கூடியவை அல்ல. ஆனாலும் அவை குறுகிய கால கட்டத்தினுள் மாபெரும் பிரச்சினைகளாக உருமாறக் கூடும். இருந்தாலும்கூட 2020 ஆம் ஆண்டினுள் இந்நோய்களின் தீவிரம் குறிப்பிடத் தகுந்த அளவு தளர்ந்து விடும். அதிலும் மகளிர் புற்றுநோய்கள் இன்னும் அதிவேகத்தில் குறையும் என்று எதிர்பார்க்கப்படுகிறது. இது நாட்டிற்குத் தற்கொலைகள், பிறகொலைகள் ஆகியன அதிகரிக்கும் என்றும் வல்லுநர்கள் கருதுகின்றனர். அதனால் இத்துறைகளின் பராமரிப்புக்குக் கூடுதல் முன்னுரிமை வழங்கப்பட வேண்டும்.

2010-ன் உடனடி நடவடிக்கை

ஒன்று மட்டும் நிச்சயம் தெளிவாகிறது. காசநோய், எய்ட்ஸ், வயிற்றுப்போக்கு போன்ற நோய்கள் பரவாமல் தடுப்பதே நம் தலையாய கடன். பேறுகால, ஊட்டச்சத்து சார்ந்த தொற்று நோய்களையும் 2020–ஆம் ஆண்டுக்குள் அகற்றுவதே நம் தொலைநோக்காக இருக்க வேண்டும். அதன் நடவடிக்கைத் திட்டம் மிக எளிமையாகவும், திறம்பட்டதாகவும் இருக்கட்டும். இங்கு ஒருசில எடுத்துக்காட்டு.

நிபுணர்கள் கருத்துப்படி காச நோயினால் ஏற்படும் மரண விகிதம் பற்றிய புள்ளி விவரம் அவ்வளவு தெளிவாக இல்லை. இந்நோய் குறித்த நம்பகமான கணினித் தகவல் தளம் ஒன்றை மேம்படுத்த வேண்டுவது அத்தியாவசியம்.

தற்போது பயன்படுத்தப்பெறும் பன்முகப் பிணைப்புத் திறன் கொண்ட பி.சி.ஜி தடுப்பு ஊசி மருந்து (ஙி.சி.நி ஃஷிணீநீநீவீஸீமீ) காச நோய் சாராத 'மைக்கோ பாக்டீரியா' (னீஹ்நீஷீதீணீநீமீ மீஃஷீவீணீ) குறுக்கீட்டினால் அழிந்துபடக் கூடியது. அதனால் காச நோய்த் தடுப்புக்கு உரிய ஊசி மருந்து கண்டுபிடிப்பில் முன்னுரிமை வழங்கப்பட வேண்டும். இங்கு ஒற்றைக் கரு 'மோனோக்ளோனல்' பி.சி.ஜி. தடுப்பு மருந்து மேம்பாட்டிற்கு மட்டுமன்றி, அதனினும் திறமையான தடுப்பு மருந்துகள் மேம்பாட்டிற்கு வேறுசில குறிப்பிட்ட 'குளோன்கள்' (கருக்கள்) இனங்காணலும் இந்நோய்த் தடுப்புக்கான தொழில்நுட்பங்களாக அடையாளம் காணப்பட்டு உள்ளன. இத்தகைய உயிர்காக்கும் லட்சியத் திட்டங்களை நிறைவேற்ற அரசுப் பதிவு சாரா அலுவலர்களையும், இளைஞர் நலமன்றங்களையும் வெற்றிகரமாகப் பயன்படுத்தலாம்.

காசநோய் என்பது

சுகாதாரக் கல்வி பரப்பும் போதனை ஊடகங்களாகத் தொலைக்காட்சியையும், திரைப்படத் துறையையும் நாம் கைக்கொள்ள வேண்டும். இத்தகைய நிகழ்ச்சிகளுக்கு உதவ விளம்பரதாரர்களும் முன்வர வேண்டும். காச நோய் என்பது வெறுமனே பாமர வகுப்பினரை மட்டுமே தாக்கும் நோய் அல்ல என்பதை இந்தியர் அனைவருக்கும் அறிவுறுத்துவோம்.

காச நோயைக் கண்டறிய முதலில் அத்தனை நோய் அறிகுறிகளையும் ஒவ்வொன்றாக அலசி ஆராய்ந்து வேறு பிரித்துப் பார்க்க வேண்டும். அத்துடன் நோயாளியின் சளியில் அமிலம் பிணைந்த பாசிலஸ் நுண்கிருமி கலந்து இருக்கிறதா என்று பரிசோதிக்க வேண்டும். குறுகிய காலச் சிகிச்சைக்கு ஆதாரமான 'ரி ஃபாமைசின்' என்னும் மருந்துப் பொருள் உள்நாட்டிலேயே தயாரிக்கப்படுகிறது. ஆனால் விலை மிக அதிகம். காச நேயைக் கண்டு அறியவும், சிகிச்சை வழங்கவும் தேவையான எதிர்காலத் தொழில்நுட்பங்களில் 'எலிஸா' உபகரண வகையறாக்கள் உட்படும். இவற்றைத் தயாரிப்பதற்கான ஆராய்ச்சி மற்றும் மேம்பாட்டில் முதலீடு அவசியம்.

மற்றொரு உயிர்க்கொல்லி

அதேபோன்று மற்றொரு உயிர்க் கொல்லி நோய் எய்ட்ஸ், இதனை நேர் நின்று எதிர்க்க வேண்டியது அவசியம். நல்ல வேளையாக காச நோயைக் காட்டிலும் எய்ட்ஸ் நோய் குறித்த விழிப்புணர்வு முகாம்கள் மிக அதிக அளவில் நடைபெற்று வருகின்றன. எச்.ஐ.வி. வைரஸ் தொற்றுத் தடுப்பதற்கு உரிய மருந்தக ஆய்வுகள் தொடங்கியும் கண்டுபிடிக்கப்படவில்லை. 'ஏ.இசட்.டி.' என்கிற ஒரே ஒரு மருந்து மட்டும் இந்த எச்.ஐ.வி. கிருமி பல்கிப் பெருகாமல் தடுக்க உதவுகிறது.

இருந்தாலும் மரபில் ரீதியில் வைரஸ் வளர்சிதை மாற்றங்களால் பன்னிரண்டு முதல் பதினெட்டு மருந்துகளுடன் உடலில்மருந்து எதிர்ப்புத் தன்மை உருவாகும். பிற மருந்துகளுடன் சேர்த்து ஏ.இசட்.டி. மருந்தும் உட்கொண்டால் இத்தன்மை மாறும்.

இந்தியாவைப் பொருத்தமட்டில் எய்ட்ஸ் உயிர்க் கொல்லி நோய் பரவாமல் தடுக்க உகந்த நடவடிக்கைகள் மேற்கொள்ளப்பட வேண்டும். இதில் நோய் தாக்கும் அபாயம் உள்ளவர்களை இனம் காணுதல், இரத்தப் பரிமாற்றத்தின்போது எய்ட்ஸ் நோயாளி இரத்தத்தினை விலக்கி வைத்தல், இந்நோய் குறித்துச் சமுதாய விழிப்புணர்வு ஊட்டுதல் போன்றவை உட்படும்.

நம் பாரம்பரிய மருந்து அடிப்படையில் உள்நாட்டு மருந்துப் பொருள்கள் தயாரிக்கும் ஆராய்ச்சியிலும் நம் கவனம் குவிந்திட வேண்டும்.

தடுப்பு ஊசி

இது அடுத்து முக்கியமானதோர் விஷயத்திற்கு நம்மை இட்டுச் செல்கிறது. பெரும்பாலான தடுப்பு ஊசி மருந்துகளைப் பட்டுவாடா செய்வதிலும் சேமித்து வைப்பதிலும் சிறந்த செயல் நுட்பங்கள் தேவை. மருந்துகளைக் கூடியவரை மிகக் குறைந்த வெப்பநிலைகளில் போதிய கதகதப்புடன் சேமித்து வைக்க வேண்டும். இல்லையென்றால் அவற்றின் செயல்திறன் அல்லது உள்திறன் கெட்டுவிடும்.

அவற்றை வெப்பநிலைக் கட்டுப்பாட்டுடன் பாதுகாக்கப் பல்வேறு தொழில்நுட்பங்கள் உதவும். வெப்பத்தால் நிறம் மாறும் சாயங்கள் இருக்கவே இருக்கின்றன. அத்தகைய சாயம் பூசிய நாடா ஒன்றை மருந்துச் சரக்குப்பெட்டி அல்லது மருந்தின் மீது ஒட்டிவிடலாம். ஒருவேளை அதன் வெப்ப நிலையும், குளிர்பதனக் காலவரம்பும் குறித்த சேமிப்பு விதிமுறைகள் மீறப்பட்டால் அந்தச் சாய நாடா நிரந்தரமாக நிறம் மாறிப்போகும். மீண்டும் பழைய நிறம் திரும்பவே திரும்பாது.

செயல் முடக்கம்

கடந்த இருபது ஆண்டுகளில் அரசுத் துறைகளும், முகமை நிறுவனங்களும், தனி நபர்களும் எல்லாருமே தனித்து இயங்கத் தொடங்கிவிட்டனர். இங்குத் தற்சார்பு கருத்தாக்கம் என்பது நாடு முழுமைக்குமான தேவையே அன்றித் தனிப்பட்ட துறைகளுக்கோ, நிறுவனங்களுக்கோ அல்லது தனிநபர்களுக்கோ மட்டுமே உரியது அல்ல! என்றபோதிலும்,

இந்தியாவில் பல நிறுவனங்களும் தங்களுக்கு ஒதுக்கப் பெற்ற ஒரு துறைக்கு அப்பால் திரும்பிப் பார்ப்பதே இல்லை. 'என் வேலை முடிந்தாயிற்று'

என்றுதான் எந்தத் துறைப் பிரதிநிதியும் பதில் எழுதி அனுப்புவார்! சுய தூண்டுதலால் தாங்களாகவே செயலாற்ற முன்வருபவர்க்கோ இத்தகைய நிர்வாக அமைப்பில் எழும் பிரச்சினைகள் வேறு மாதிரியானவை.

ஒரு வளர்ந்த இந்தியா பற்றிய லட்சியக் கனவு நனவாக்க விரும்பினால் செயல் முடக்கம் என்கிற பரிதாப நிலையிருந்து நாம் விடுபடக் கற்றுக் கொள்ளவேண்டும். நமக்குள்ளே பழங்கதைகள் பேசிப் பலனில்லை. அனைத்திற்கும் மேலாக நாம் விரைந்து செயல்பட வேண்டும். இவற்றில் பிழைகள் நேர்வது சகஜம். நியாயமான தவறுகளை மன்னித்து விட வேண்டுவது மனிதப் பண்பு.

அணுசக்தியின் வேறு பயன்பாடு

பாதுகாப்புத் துறை லேசர் கருவிகளைக் கண்ணழுத்த நோய் அல்லது கண்புரை நோய்க்குரிய அறுவைச் சிகிச்சையில் பயன்படுத்த முடியும். அவ்வாறே அணுசக்திக்கும் வேறு பல பயன்பாடுகள் உண்டு. எடுத்துக்காட்டாக, நிலக்கடலை வித்துகளில் அணுக் கதிர்வீச்சினைப் பாய்ச்சி விளைச்சலை அதிகாரிக்கச் செய்யலாம். விண்வெளி ஆராய்ச்சியோ வருடாந்தரப் பருவமழையைத் துல்லியமாக முன்னறிவிக்க வழிவகுத்து உள்ளது.

பாதுகாப்பு, அணுசக்தி, விண்வெளி ஆகிய இந்த மூன்று துறைகளின் தனிச்சிறப்பு என்னவென்றால் இவற்றின் விஞ்ஞானிகள் எதிலும் முடிவு எடுக்க அஞ்சுவதே இல்லை. அனைத்திற்கும் மேலாகத் தோல்வியைக் கண்டு துவள்வதும் இல்லை. உண்மையில் அவர்கள் டாக்டர் ஹோமி பாபா, பேராசிரியர் விக்கரம் சாராபாய், பேராசிரியர் சதீஷ் தவான், டாக்டர் நாக் செளத்ரி போன்ற விஞ்ஞானிகளின் தொலைநோக்கினைப் பின்பற்றி வெற்றி கண்டவர்கள்.

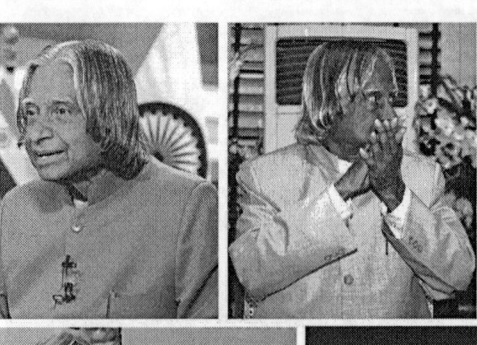

அசுத்தப் பகுதிகளை அறிதல்

எடுத்துக்காட்டாக, செயற்கைக்கோளின் தொலையுணர்வு நுட்பம் வழியாக கொசுக்களின் இனவிருத்தி இடங்களையோ அல்லது பிற நோய்கள் பரவக் காரணமாகும் அசுத்தப் பகுதிகளையோ படம் பிடிக்க இயலும். ஒரு சில குறிப்பிட்ட பிரதேசங்களில் இவ்வகைப் பரிசோதனைகள் சில வெற்றிகரமாக நடந்தேறின. நம் தொலையுணர்வுப் பயன்பாட்டில் சிறந்த வல்லுநர்கள் பலர் நம்மிடையே இருக்கின்றனர்!

செயற்கைக் கோள் சேவையை அதிகமாக்குதல்

செயற்கைக்கோள் படங்கள் வேறு பல நுண் திட்டங்கள் வகுக்கவும் உதவும். இது போன்ற தொழில்நுட்ப உத்திகள் இன்னும் பலவுண்டு. அத்துடன் நோய் பரப்பும் கொசு முதலான பிற பூச்சி, புழுக்கள் பற்றி நம் நாட்டுப் பழங்குடியினர் அல்லது கிராம முதியவர்களிடம் உள்ளூர்த் தகவல்கள் ஏராளம் இருக்கக் கூடும். இவற்றை உடனடியாகப் பரிசீலித்து நாம் ஏன் ஆராயக் கூடாது?

வடகிழக்கு அசாம் மாகாணத்தில் பாதுகாப்பு ஆராய்ச்சி மற்றும் மேம்பாட்டு நிறுவனம் மலேரியா நோய் பரவாமல் தடுப்பதிலும் அதற்கான சிகிச்சை வழங்குவதிலும் தன்னை முழுமையாக அர்ப்பணம் செய்து கொண்டுள்ளது. உடல்நலப் பராமரிப்பில் கொஞ்சம் குறிப்பிடும்படியான ஆராய்ச்சி ஒன்றும் நடத்தி இருக்கிறது. தங்கள் மருத்துவ அறிவுடன், உள்ளூர்வாசிகளின் அனுபவ அறிவும் இணைந்து அவற்றின் அடிப்படையில் அந்தப் பிராந்தியத்தில் அதன்வழி அங்குள்ள கிராமவாசிகளுக்குச் சிகிச்சை வழங்கி மலேரியா நோயை அந்தப் பிரதேசத்தை விட்டே விரட்டிட உதவிற்று.

மற்றொரு இதய நோய்

இளமையில் வறுமையாலோ நோய் அலட்சியப்படுத்தலாலோ மட்டுமே இன்று இந்தியர்களிடையே பரவி வரும் மற்றொரு வகையான இந்நோய் இதய நோயாகும். இவற்றை இதய வாத நோய் என்றும் கூறுவர். இதய இரத்த நாள நோய் வாய்ப்பட்டு மரணம் சம்பவிக்கவும் இது மாபெரும் காரணி ஆகிறது.

முன்தொண்டையில் ஸ்ட்ரெப்டோகாக்கஸ் பாக்டீரியா தாக்குதலால் உண்டாகும். இந்நோயை முன்கூட்டியே கண்டறிந்து உரிய மருத்துவச் சிகிச்சை தொடங்குவதன் மூலம் இந்த இரத்த வாத நோயைத் தடுக்கலாம். அதிலும் குறிப்பாக—ஐந்து வயது முதல் 16 வயது குழந்தைகளுக்கு இந்நோய் வளரவிடாமல் நிச்சயம் தடுக்க முடியும்.

ஸ்ட்ரெப்டோக்காக்கஸிற்கான தடுப்பு ஊசி மருந்து இன்று பரிசோதனை நிலையில் இருக்கின்றது. அதனால் பென்சிலின் மருந்துடன் சேர்ந்து இரண்டாம் நிலை எச்சரிக்கை மருந்தாகவே இது கையாளப் பெற்று வருகின்றது. ஆயினும் இதனை நம் உடல் ஏற்றுக் கொள்ளும் வகையில் மேம்படுத்திட வேண்டும். உடலின் நோயெதிர்ப்புத் திறனைப் பண்படுத்துவதன் மூலம் வாதக் காய்ச்சல் நோயைக் குணப்படுத்தப் போதிய மருத்துவ ஆய்வுப் பரிசோதனைகள் தேவை. பெருவாரியான மூன்றாம் நிலை உயர் கட்ட மருத்துவ மையங்களில் இந்நோய்க்கு இரத்த நாளத்தினுள் பலூன் வால்வு பொருத்தும் முறையும், அறுவைச் சிகிச்சையும் நடைமுறையில் உண்டு.

நீரிழிவு

நீரிழிவு போன்ற தொட்டால் பரவாத பிற நோய்களும் கவனத்தில் கொள்ள வேண்டிய பிரச்சினைகள் ஆகும். இந்தியாவில் ஏறத்தாழ 5 முதல் 10 சதவீதம் மக்கள் இந்தச் சர்க்கரைச் சத்து நோயினால் அவதிப்படுகிறார்கள். இது மரபணு வழி ஒரு குடும்பத்தின் பரம்பரை நோயாகவும் வரும். இந்த உண்மையைக் கருத்துக் கலந்தாய்வு மூலம் மக்களிடை எடுத்துரைப்பதே இந்நோய்த் தடுப்புக்கு உரிய நடவடிக்கை ஆகும்.

நீரிழிவு நோய், மாரடைப்பு நோய் அல்லது பிற எந்த நோய்க்கும் ஆகட்டும். அந்த நோய் தொடர்பான கருவிகள், மருந்துகள் மற்றும் நோயறி உபகரணங்கள் அனைத்தும் நம் நாட்டில் உருவாக்கிட வேண்டும். என்றால் மட்டுமே அவற்றை ஏற்றுமதி செய்யவும் முடியும். உள்நாட்டு வணிகத்திலும் அது கணிசமான இலாபம் ஈட்டும் வியாபார முயற்சியாக உருவெடுக்கும்.

புற்று நோய்

விசேடக் கவனம் தேவைப்படும் மற்றுமொரு வியாதி புற்றுநோய். இதனை ஏதோ ஒரு பணக்கார நோய் என்பது போலவும், அபிப்பிராயம் மருத்துவத் துறை சாராத உயர் மட்டப் பிரமுகர்கள் மத்தியில் நிலவுகிறது. ஆனால் உண்மையில் அப்படி அல்ல. புற்றுநோய் என்பது வயது, சுற்றுச் சூழல், வாழ்க்கை முறை ஆகியவற்றின் தன்மைக்கு ஏற்பப் பாதிப்பு ஏற்படுத்தும் ஒரு சீரழிவு. நோய் மேலும் இன்றைய உலகில் சராசரி மனிதனின் வாழ்நாள் நீடிக்கிறது என்பதால் புற்றுநோய் பீடிக்கும் வாய்ப்பும் அதிக அளவில் உண்டு என்றே பொருள்!

நம் நாட்டு மொத்த ஜனத்தொகையில் புற்றுநோயால் அவதிப்படுவோர் எண்ணிக்கை, ஆண், பெண் நோயாளிகள் விகிதம், நோய்ப் பாதிப்பின் வளர்ச்சிப் போக்குகள் ஆகியவற்றை இங்கு ஆராய்வோம். இந்த நோய் முற்றிய காலகட்டத்தில் தான் வெளிபடுவதாலும், வெகு சிலரிடையே ஆரம்பக் கட்ட நோய்க் கூறுகள் உடம்பின் ஒரு குறிப்பிட்ட இடத்தில் மட்டுமே பதுங்கி இருப்பதாலும் இந்நோயால் ஏற்படும் இறப்பு விகிதம் அதிகரித்து வருகிறது. பொதுவாக தென்மாநிலங்களில் வயிற்றுப் புற்றுநோயும், வட மாநிலங்களில் பித்தப்பைப் புற்றுநோயும் பெருமளவில் பரவி இருப்பது தெரிகிறது.

நாடு முழுமையும் இதற்கான திறன்மிக்க நோயறி கருவிகளும் சிகிச்சை வசதிகளும் நிறுவப்பட வேண்டுவது இன்றியமையாதது. எடுத்துக்காட்டாக, 'எண்டோஸ்கோப்' எனப்படும் உள்நோக்கிக் கருவி புற்று நோயறி சேவைகளில் மிக முக்கியப் பங்கு வகிக்கிறது. இது ஒரு சில சிறப்பு மருத்துவ நிறுவனங்களில் மட்டுமே இடம் பெறுகிறது. ஒரு எண்டோஸ்கோப் கருவித் தொகுப்பின் விலை இன்றைய நிலவரப்படி 25 இலட்சம் ரூபாய். ஆயினும் அத்தியாவசியத் தேவைகளைச் சமாளிக்கும்

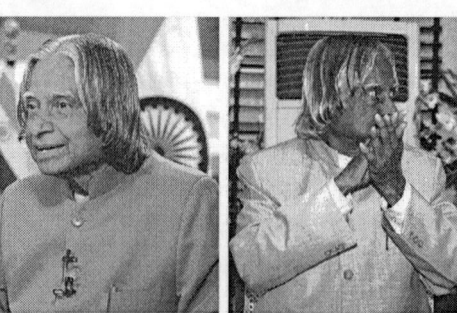

விதத்தில் ஓரளவு தயாரிப்புச் செலவைச் சுருக்கியும் ஓரளவு புதுமையான வடிவமைப்புமாகவும் இதன் விலையைக் குறைத்திட முடியும்.

இருந்தாலும் கூட, உடம்புக்கு வெளியே கதிர்வீச்சு முறைச் சிகிச்சை வழங்க கோபால்ட் 60 என்கிற கதிரியக்கக் கருவி உதவும். இது சில முக்கிய நிறுவனங்களில் மட்டுமே உள்ளது. அதுவும் நாடெங்கும் மொத்த 120 இடங்களாக ஒரே சீராக அன்றி, வெவ்வெறு பாகங்களில் பரவலாகக் கிடக்கின்றன. அதிகரித்து வரும் புற்றுநோய்ப் பாதிப்பினால் ஒவ்வொரு பத்து இலட்சம் பேருக்கு ஒரு கருவியாவது தேவைப்படும் என்பது நம் கணிப்பு. பெருகிவரும் எதிர்காலத் தேவையையும் கணக்கில் எடுத்துக்கொண்டால் கிட்டத்தட்ட 1000 கருவிகளேனும் அவசியம்.

புதுப்பாதை வகுப்போம்

இனி வரும் ஐம்பது ஆண்டுகளாவது இந்தியாவிற்கான விரிவான ஒரு தொலைநோக்குக் கால கட்டமாக அமையட்டும். நமது திறமையில் நம்பிக்கை வைத்து, இன்றைய இளைய சமுதாயத்தினர்க்குப் புதுப்பாதைகள் வகுப்போம். புதிய சூழ்நிலைகள் உருவாக்குவோம். இத்தகைய வளர்ச்சி அடைந்த புதியதோர் இந்தியா பிற நாட்டு மக்களின் நம்பிக்கையையும் தூண்டுவிக்கும். வலுவான, ஆரோக்கியமான, வளமான இந்தியாவை எதிர் நோக்குவோமாக.

அனைவர்க்கும் கண் பார்வை

தொலைநோக்கு பற்றிக் குறிப்பிடும்போது கூடவே மனச்சோர்வு தரும் மற்றொரு உண்மையையும் நாம் இங்கு ஒத்துக் கொள்ள வேண்டி இருக்கிறது.

உலகில் கண் பார்வையற்றோர் அல்லது கண் ஊனமுற்றோரில் நான்கில் ஒரு பகுதியினர் இந்தியாவில்தான் வாழ்கின்றனராம்.

நம் நாட்டில் ஏறத்தாழ 1.2 கோடி மக்கள் முழுவதுமாகப் பார்வை இழந்தவர்கள். மேலும் 2 கோடி பேர் தீவரப் பார்வைக் கோளாறுகளால் ஏறக்குறைய பார்வையே இல்லாத நிலையில் அவதிப்படுபவர்கள்.

தமிழ்நாட்டில் கோயம்புத்தூரில் கே.ஜி. மருத்துவமனையில் ஒருசில மருத்துவர்களின் உதவியுடன் அண்டை நகரங்கள், கிராமங்களில் வாழ்கின்ற பாமரர் பலருக்கும் கண் மருத்துவப் பராமரிப்பு அளித்து வருகின்றனர்.

சிகிச்சை தேவைப்படுவோரை அழைத்து வருவதற்கு அவரே வாகனங்கள் அனுப்பி வைக்கிறார். அங்குள்ள நோயாளிகளைப் பார்வையிடச் சென்றிருந்தபோது வயதான பெரியார் ஒருவரிடம் அவர் பெயரையும். எங்கிருந்து வந்திருக்கிறார் என்றும் தமிழில் விசாரித்தேன்.

அவர், 'கலாம் சார், உங்களைப் பத்தி நிறைய கேள்விப்பட்டிருக்கேன். ஆனா உங்களை என்னால பார்க்க முடியாவிட்டாலும். நான் உங்க பக்கத்தில் இருக்கிறதுக்கே ரொம்ப சந்தோஷம்!' என்றார். அவரிடம் வயது என்ன ஆகிறது என்று கேட்டேன். மனிதர் பொலபொலவென்று அழத் தொடங்கிவிட்டார்.

‘என் வயசு எனக்கே தெரியாதுங்கோ. அதைப் பத்தியெல்லாம் எனக்கு எந்தக் கவலையும் கிடையாது. ரொம்ப வருஷமாகவே நான் இப்படி இருட்டிலேயே தான் இருக்கேன். எவ்வளவோ யுகங்கள் கடந்த மாதிரி தோணுது. ஒருத்தன் தன் சொந்தக் கண்பார்வை இழக்கிறது அப்படியாகப்பட்ட ஒரு கொடுமை. பெத்த பிள்ளைங்களே என்னைக் குருடன்னு பரிகாசம் பண்ணுதுங்க, கட்டுப் போட்ட தனது கண்களைச் சுட்டிக் காட்டியபடி அவர் சொன்னார்:

‘இந்தப் புண்ணியவான்கள் என்னை ரொம்ப அக்கறையாகக் கவனிச்சிக்கிறாங்க. என்னை ஒரு வண்டியில் அழைச்சிட்டு வந்து கண்ணையும் பரிசோதிச்சு, என்னவோ ஆபரேஷன் செய்தாங்க. ஒரு தபா இந்தக் கட்டை அவுத்தபோதுதான் என்னையே பார்த்தேனுங்க. கொஞ்சம் மங்காலத் தெரிஞ்சிதுங்க. இன்னும் ஒன்றிரண்டு நாட்களில் முழுசா கண்கட்டை பிரிச்சிருவாங்களாம். கண்ணாடிகூட தர்றதாகச் சொன்னாங்க. குருடன்கிற பரிதாபத்திலிருந்து ஆண்டவன்தான் என்னைக் காப்பாத்தணும்...

கலாம் சார், என் ஆயுசுக்குள்ளே உங்களை என் கண்ணால, கண்ணாடி போட்டாவது பார்த்திடுவேன்கிற நம்பிக்கை எனக்கு இருக்கு.... ஆண்டவர் மேல விசுவாசம் கூடிடுச்சு; அவரு கருணையுள்ள மனுஷங்க வழியாகத்தான் வர்றாரு...’ என்ற அந்த முதியவர்க்குக் கண்புரை நோய். ஒருவேளை அவரது அறுவை சிகிச்சை செய்யும் அளவுக்கு அவர்களிடம் பணவசதி இல்லையோ என்னவோ.

கண்புரை

இந்தியாவில் கண்பார்வை அற்றோரில் 80 சதவீதம் பேர் கண்புரை நோய் பாதித்தவர்கள் விழித்திரை நோய்களும், கண் அழுத்த நோயும், GLAVCOMA நீரிழிவு நோயும், விழிநீர் விழித்திரை (VITREORETINAL) கோளாறுகளும் குறிப்பிடத் தகுந்த பிற காரணங்கள், 1992—ஆம் ஆண்டு நடத்தப் பெற்ற கண்புரை அறுவை சிகிச்சை அறிக்கைப்படி ஏறத்தாழ 42 சதவீதம் பேர் புறவிழிப் படல அறுவை சிகிச்சை செய்து கொண்டனர் என்றும், அவர்களில் பாதிப்போர் விழிக்குள் செயற்கை ஒளிவில்லை (LENS) பொருத்திக் கொண்டனர் என்றும் ஒரு புள்ளிவிவரம் தெரிவிக்கிறது. விழிக்குள் பொருத்தப்படும் செயற்கை ஒளி வில்லைகளின் தேவை இனி வரும் காலத்தில் ஆண்டுக்கு 20 இலட்சம் என்கிற அளவை எட்டி விடும் என்று எதிர்பார்க் கப்படுகிறது.

உள்நாட்டிலேயே நல்ல தரமான செயற்கை விழி லென்ஸுகள் தயாரிக்கப்பட வேண்டியதன் அவசியத்தை இது வலியுறுத்துகிறது.

பாதுகாப்புத் துறை ஆராய்ச்சி மற்றும் மேம்பாட்டு நிறுவனத்தின் கீழ் உயிரியல் மருத்துவத் தொழில்நுட்பக் கழகம் உருவாகியுள்ளது இக்கழகம் அறிவியலர், பொறியியலர், மருத்துவர்கள், சமூகச் சேவகர்கள், நிர்வாகிகள் அனைவரையும் ஒரு கூட்டுப் பணி இலக்கு நோக்கி ஒருங்கிணைக்கிறது. மூன்றே ஆண்டுகளில் இதயத் துடிப்புச் சீராக்கும் கருவி ஒன்றினை வெற்றிகரமாக மேம்படுத்தி இருக்கிறது. இதே ரக மெனாட்டுக் கருவியினோடு ஒப்பிட்டு நோக்கினால் இந்த இதயத் துடிப்புச் சீராக்கியின் விலை மூன்றிலொரு பங்கு மட்டுமே.

சபீதா ஜோசப்

இளம் பிள்ளை வாதம்

'**திரு**ஷ்டி' லேசர் கண்மருத்துவ உபகரணமும், இதயத் தமனி புழையீட்டுக் கருவிகளும் இன்று மருத்துவப் பரிசோதனைக் கூடங்களில் இறுதிப் பரிசீலனைக் கட்டத்தில் உள்ளன. இளம்பிள்ளைவாத 'போலியோ' நோயினால் பாதிக்கப்பட்ட குழந்தைகளுக்கென டாக்டர் பி.கே. சேத்தி என்பவர் 'ஜெய்ப்பூர் செயற்கைக் கால்' ஒன்றை உருவாக்கினார். அது நம் நாட்டு ஏவுகணையில் வெப்பத் தடுப்புக் கவசங்களுக்குப் பயன்படுத்தப்பட்ட நவீன 'காம்போசிட்' ரகக் கோவைப் பொருள்களினால் ஆனது. எடையோ மிகக் குறைவு. இதயத் தமனி அடைப்பு நீக்கும் கருவியும் இங்கு உற்பத்தி நிலையில் உள்ளது. இன்னும் உள் பதனிட்ட இழைவழி சிறுநீர் அகற்றும் 'டயாலைசர்' உபகரணம், உடம்பினுள் பொருத்தப்பட்ட மருந்து செலுத்துக் கருவி,

இதயத் தமனி அடைப்பு நீக்கும் கருவி மற்றும் செவித் துளைக்குள் செருகப்படும் நுண் கணினி அடிப்படையிலான செவிட்டு இயந்திரம் ஆகியவை நம் பாதுகாப்புத் துறைத் தொழில்நுட்பங்களின் இதர மறைமுகப் பயன்கள் ஆகும்

லேசர் கருவிகள்

இவை தவிர, மேலும் பல சாதனைகள் படைக்கக்கூடிய வலுவான நிறுவனங்களும் தொழில் கூடங்களும் இந்தியாவில் உள்ளன. பாபா அணு ஆராய்ச்சி மையம் வெறுமனே அணுக்கரு உபகரணங்கள் அல்லது அமைப்புகளில் மட்டுமாகத் தன்னை அர்ப்பணித்துக் கொள்ளவில்லை. பல்வேறு மருத்துவத் தொழில்நுட்ப அறிவாற்றலும், செயல் திறமையும் அதற்கு உண்டு. இம் மையத்தின் கீழ் இண்டோர் என்னுமிடத்தில் இயங்கி வரும் 'நவீனத் தொழில்நுட்ப மையம் (Centre for Adventure Technology) உலகத் தரமான லேசர் கருவிகளும் பயன்பாடுகளும் கொண்டது

மூலிகை மருத்துவம்

மேலும் மூலிகை மகத்துவம் குறித்த நம் அறிவு வளம் முழுமையாக இன்னும் எடுத்தாளப்படவில்லை என்று சில சான்றோர் கருதுகின்றனர். காரணம், சமஸ்கிருதம் மற்றும் இதர இந்திய மொழிகளில் நமக்குப் போதிய புலமை இல்லாமையே. நம் நாட்டுத் தொன்மையான அறிவுத் தளம். அபரிமிதமான பல்லுயிரினச் செறிவு ஆகியவற்றின் உதவியுடன் மூலிகை மற்றும் பிற இயற்கை வைத்திய முறைகளில் இந்தியா வையத் தலைமை வகிக்க முடியும்.

தாய் - சேய் நலம்

உடல்நலப் பராமரிப்பில் மிக முக்கியமான ஒரு பகுதி தாய், சேய் நலம். எந்தவொரு மக்கள் இனத்திலும் குழந்தை பெறும் வயதுக்கு வந்த மங்கையரும் ஐந்து வயதுக்கு உட்பட்ட குழந்தைகளும் முறையே தாய், சேய் பிரிவுகளின் பிரதிநிதிகள். 1991-ஆம் ஆண்டு மக்கள் தொகைக் கணக்கெடுப்பின்படி ஏறத்தாழ 56 சதவீதம் பேர் இப் பிரிவின் கீழ் அடங்குவர்.

வருங்காலத்தின் தாய், சேய் நலம் குறித்ததுடன் கணிப்புகள் முக்கியமானவை. பேறு காலத்திற்கு முந்திய உடல் நலப் பராமரிப்பு, நோய் வரும் முன் காக்க உட்கொள்ளும் இரும்பு ஃபோலிக் அமிலம் ஆகிய துணைச் சத்து மருந்துகள், பாதுகாப்பான உணவு, சீரான துப்புரவு, குடிநீர் வசதிகள், முற்றிலுமான நோய்த் தடுப்பு முறைகள் போன்றவையே தாய், சேய் நலப் பராமரிப்பின் பிரச்சினைகளைக் குறைக்கும் நடவடிக்கைகள் ஆகும்.

சிறந்த ஆரோக்கிய வாழ்வு

இந்தியர் அனைவருக்கும் சிறந்த ஆரோக்கிய வாழ்வு வாழவேண்டும் என்னும் கனவு 2020-ஆம் ஆண்டு வெகு முன்னதாகவே நனவாகக் கூடியதுதான். வாய்ப்பு, வசதிகள் அற்ற நாட்டுப்புற மக்களின் உடல்நலப் பிரச்சினை நம்மவர் அனைவரின் பிரச்சினையும் ஆகும்.

சமுதாயத்தின் பணக்கார, அதிகார வர்க்கங்கள் இந்த உண்மையை உணர வேண்டும். ஒரு நோஞ்சான் ஊழியரிடமிருந்து எந்தவிதச் சிறந்த உழைப்பையும் முதலாளி வர்க்கம் பெற இயலாது என்கிற ஞானோதயம் அவர்களுக்குத் தானாக ஊற்றெடுக்க வேண்டும். உயர்ந்த உற்பத்தித் திறனுக்கு நல்ல திடகாத்திர ஆரோக்கியமான தொழிலாளிகள் தேவை.

ஆரோக்கியம் என்பது மக்களின் மாறாத வேதனையும், தீராத துயரமும் போக்குதல் என்பதைச் சுகாதார அதிகாரிகளும் புரிந்துகொள்ள வேண்டும். மக்கள் தேவை உடல்நலப் பராமரிப்பே அன்றி, நோய்க் குறிப்புகள் அடங்கிய வெறும் கோப்பு அல்ல. இவ்விதம் அனைத்து மட்டங்களிலும் மக்களின் இன்னல் துடைப்பதையே அரசியல்வாதியரும் தங்கள் கடமையின் ஒரு பகுதியாகக் ஏற்றுக் கொள்ள வேண்டும்.

சபீதா ஜோசப்

மக்களின் மன வேதனையை நீக்குங்கள்

1996-ஆம் ஆண்டு மார்ச் 21 அன்று சென்னை தமிழ்நாடு எம்.ஜி.ஆர். மருத்துவப் பல்கலைக்கழகத்தில் நான் ஆற்றிய பட்டமளிப்பு விழா சிறப்புரையிலிருந்து ஒரு மேற்கோள் காட்டி இந்த அத்தியாயத்தை நிறைவு செய்கிறேன்.

"இறுதியாக, புனித பவுல் அவர்களுக்குக் கிறித்தவத் திருச்சபை அருள்திரு இக்னேசியஸ் லயோலா வழங்கிய பொன்மொழியை இங்கு எடுத்துக் கூறி என் உரையை முடிக்கிறேன்.

ஒரு முறை மத போதனைத் திருத்தொண்டில் ஈடுபடும் முன்னதாகப் புனித பவுல் ஒரு உபதேசம் அருளுமாறு தம் குருவிடம் கேட்டார். அதற்கு அருள்திரு இக்னேசியஸ். 'இந்தப் பூலோகத்தின் சகல பகுதிகளுக்கும் செல்லுங்கள். அங்கு அனைத்து நெஞ்சங்களிலும் கனல் மூட்டுங்கள். ஒளி காட்டுங்கள்' என்று உரைத்தார்.

டாக்டர் எம்.ஜி.ஆர். பல்கலைக் கழகம் வழங்கும் அருள்வாக்கும் அதுதான். எனது குழந்தைகளே, இந்நாட்டின் அனைத்துப் பகுதிகளுக்கும் செல்வீர்களாக... குறிப்பாக மாநகரங்களுக்கு வெளியே. அங்குள்ள மக்களின் வேதனையையும் உடல் வலியையும் அகற்றுங்கள், உண்மையில், சுகாதாரப் பணி இலக்கு உங்கள் முன் காத்திருக்கிறது. என் கனிவான வாழ்த்துக்கள்".

அனைவருக்கும் மின் விநியோகம்

நமது நாட்டில் மக்கள் தொகையும், தொழில் கூடங்களின் பெருக்கமும், கம்ப்யூட்டர் தொழில்நுட்ப நிறுவனங்களின் வளர்ச்சியும், பெருக பெருக, மின் பற்றாக்குறை ஏற்பட்வருகிறது. இதற்கு 2008–ஆம் ஆண்டு தமிழக நிலை உதாரணமாக எடுத்துப் பார்க்கலாம், குறை தீர என்ன செய்யலாம், எதிர்காலம் ஒளிமயமாக இருக்க இந்தியா 2020–ல் பிரகாசிக்க விஞ் ஞானி அப்துல் கலாம் சொன்னது.

“அனைவருக்கும் நல்ல சீரான மின்சாரம் கிடைக்காதபட்சத்தில் எந்த ஒரு நாடும் தன்னை நவீன, வளர்ச்சி அடைந்த நாடு என்றெல்லாம் சொல்லி பெருமைப்பட இயலாது. தங்கு தடையற்ற மின் விநியோகம் இல்லாமல் எந்தவொரு நவீன இயந்திரமும் செயல்படவே முடியாது. மின்சாரம் இல்லை என்றால் தகவல் தொழில்நுட்ப மந்திரஜாலம் எல்லாம் காணாமல் போய்விடும்.

மின் உற்பத்தி

இந்தியாவின் முதலாவது 130 மெகா வாட் திறன் மின்சக்தி நிலையம் 1897-ஆம் ஆண்டு மேற்கு வங்கத்தில் டார்ஜிலிங் அருகில் நிறுவப் பெற்றது. இந்திய விடுதலை கால கட்டத்தில் பல்வேறு இடங்களில் மொத்தம் 1300 மெகா வாட் மின் உற்பத்தித் திறன் கொண்ட பல்வேறு நிலையங்கள் எழுப்பப்பட்டன. ஐம்பதே ஆண்டுகளில் பத்து மடங்கு உயர்வு: இன்றைய மொத்த மின் உற்பத்தித் திறன் 85000 மெகாவாட் அதாவது, நாடு சுதந்திரம் அடைந்து கடந்த ஐம்பது ஆண்டுகளில் மட்டும் மின் உற்பத்தி அறுபத்தி ஐந்து மடங்காக உயர்ந்து இருக்கிறது. அன்றைய மின்விநியோக அமைப்பு முறை 78 கிலோ வோல்ட் மின் அழுத்தத்தில் தொடங்கியது. இன்று ஒட்டு மொத்த மின் விநியோ கத்திற்கென 400 கிலோ வோல்ட் மின் நிலையங்களும், 500 கிலோ வோல்ட் உயர் அழுத்த நேர் மின்னோட்ட அமைப்புகளுமாக மேம்பாடு அடைந்து உள்ளது.

நம் நாட்டில் மிகப்பெரிய தேசிய மின்சக்தித் தொழில்நுட்ப ஆய்வகங்களில் ஒன்றான 'மத்திய மின்திறன் ஆராய்ச்சி நிறுவனம் பெங்களூரில் இயங்கி வருகிறது. அது சமீபத்தில் தனது முதன்மை ஆய்வுக் கூடத்தில் 1500 கிலோ வோல்ட் உயர் அழுத்த நேர்மின்னோட்டத்தைப் பரிசோதனை ரீதியில் உற்பத்தி செய்துள்ளது. வெளியிடங்களுக்கு அனுப்படும் நேர் மின்சாரம் அழுத்தம் மிக்கதாக இருந்தால் வழியில் மின்கசிவும் குறைவாகவே இருக்கும். வருங்காலத்தில் ஏராளமான உயர் அழுத்த மின்னோட்ட இணைப்புகள் நமக்குத் தேவை. இந்தியா விடுதலை அடைந்த காலகட்டத்தில் மின்விநியோக இணைப்புகள் ஒரு சில கிலோ மீட்டர்கள் நீளத்திற்கு மட்டுமே இருந்தது. ஆனால் இன்றோ கிட்டத்தட்ட 280 கோடி கிலோ மீட்டர்கள் நீள மின்சுற்று இணைப்புகள் உள்ளன.

மின் தேவைகள்

இந்தப் புள்ளி விவரங்கள் எளிதில் மனதில் பதியக் கூடியவை. நமது பள்ளி வாழ்க்கையின்போது மண்ணெண்ணெய் விளக்கு வெளிச்சத்தில் எப்படிப் படித்தோம். வீட்டுப் பாடங்கள் எழுதினோம் என்றெலலாம் நினைத்துப் பார்க்கிறோம். அன்றைக்கு இருந்து இப்போது கடலளவு மாற்றம். ஆனால் இதுவே போதுமானதா? திருப்தியானதா? சீனாவைப் பாருங்கள். 1950-ஆம் ஆண்டுகளில் இந்தியாவும் சீனாவும் ஒரே அளவு மின் உற்பத்தித் திறன் கொண்ட நிலையங்களைத்தான் நிறுவின.

ஆனால் இன்றைக்கோ சீனாவில் மின்நிலைய நிறுவனத் திறன் ஏறத்தாழ மூன்று மடங்கிற்கும் அதிகம்.

நம் முன் நிற்கும் மிகப் பெரும் பிரச்சினை பெரியன சிந்திக்கும் திறனையே இழந்துவிட்டோம் என்று தோன்றுகிறது. 'உள்ளுவது எல்லாம் உயர்வு உள்ளல்' பண்பு அருகிவிட்டது.

மின் உற்பத்தி நிலையங்களைத் தற்போது எவ்வளவு திறம்படக் கையாளுகிறோம் என்பதைக் குறிப்பிட 'மின்நிலைய உற்பத்திச் சுமை விகிதம்' என்னும் புள்ளி விவரம் உதவுகிறது. இந்த விகிதம் காட்டும் முழுத்தகவல்களுக்குள் நாம் நுழைய விரும்பவில்லை. தென் கொரியாவின் நிறுவனத் திறனில் 80 சதவீதம் உற்பத்தியாக வெளிப்படுகிறது. நாமோ வெறும் 60 சதவீதம் அளவிலேயே மின்உற்பத்தி செய்து வருகிறோம். இதற்குப் பல்வேறு காரணங்கள் கூறுகிறோம். வழியில் ஏற்படும் மின் இழப்புகள் மட்டுமே ஏறத்தாழ 22 சதவீதம். ஆனால் வளர்ந்த நாடுகளில் இத்தகைய மின் இழப்புகள் வெறும் ஏழு முதல் எட்டு சதவீதமே.

தேசிய அளவில் பெரியன குறித்துச் சிந்திக்கின்ற, ஒவ்வொரு சிறு வெற்றியையும் உளந்திறந்து பாராட்டுகின்ற ஒரு சூழ்நிலையைக் கற்பனை

சபீதா ஜோசப்

செய்துபாருங்கள். அத்தகைய சூழ்நிலையிலேயே பெரியதோர் இலக்கு நோக்கிய வளர்ச்சியில் பங்களிக்கும். அங்கு மேம்பாட்டுத் திருத்தங்களில் முயன்று வெற்றி பெறுகின்ற ஒவ்வொரு குழுவும் தேசிய அளவில் அங்கீகரிக்கப்படும். இந்த அங்கீகாரம் பிருத்வி, அக்னி, இன்சாட், பி.எஸ். எல்.வி., பொக்ரான் போன்ற அறிவியல் விஷயங்களில் நாம் காட்டிய அக்கறை போன்றது. அல்லது பிரபல விஞ்ஞானி ஒருவருக்கு வழங்கப்படும் தேசிய. சர்வ தேச விருதுக்கு நிகரான கௌரவிப்பு அது.

“இத்தகைய அங்கீகாரத்தால் அதன் பலன்கள் பன்மடங்காகப் பல்கிப் பெருகும். வளர்ந்த நாடுகளுக்கான தர நிர்ணய வரையறைப்படி நாமும் தற்போதைய நம் மின்சக்தி நிலையங்களை அடுத்த மூன்று ஆண்டுகளில் அதிகப்பட்ச உற்பத்திக்குப் பயன்படுத்தத் தொடங்குவோம். மின்சக்தி நிலையங்கள் தாமாகவே முன் வந்து இந்தச் சாதனை புரிவதாகுக அன்றி, ஒரு பொது அல்லது தனியார் அமைப்பு இந்த நிலையங்களைப் பொறுப்பேற்று நடத்துவதாக இதற்குத் தேவையான சட்ட ஒழுங்கு நடவடிக்கையை நாம் முன் கூட்டியே அமலாக்க வேண்டும்.

மின் உற்பத்தியில் அணுமின் நிலையங்களின் பங்களிப்பினை உயர்த்தும் நடவடிக்கை எடுக்க வேண்டியதும் அவசியம். இந்த அணுமின் நிலையங்கள் உருவாக்கும் கழிவுகள் உண்மையில் அனல்மின் நிலையங்கள் வெளியேற்றும் அசுத்தங்களை விடவும் குறைவுதான். அணுசக்தித் துறை கணிப்பின்படி 2020–ஆம் ஆண்டு நம் நாட்டில் உற்பத்தி 20000 மெகாவாட் மின்திறன் அதிகரிக்கும். நம் அவசரம் கருதியும். தேவை அளவு கருதியும் இந்தக் கணிப்பு இரட்டிப்பாக வேண்டும் என்பதே நம் லட்சியம்.

ஆற்றல் பயனுறு திறன்

குறுகிய, இடைத்தர மற்றும் நீண்ட காலத் தொழில்நுட்பவியல் சூழலின் எல்லாப் பிரிவுகளிலும் சக்தி வளங்களைப் பயனுறும் வகையில் திறம்படக் கையாளுவது மிக முக்கியம் ஆகும். எடுத்துக்கட்டாக, இன்றைய எஃகு இரும்புத் தொழிற்சாலைகளில் இருந்து வெளிப்படும் அதிக அளவு வெப்பம் பயனின்றி வெறுமனே வீணாகிறது. இந்த வெப்பக் கழிவில்இருந்து 20 சதவீதத்தை மீட்டுப் பெற முடிவதாக வைத்துக் கொள்வோம், அதுவே ஒரு நடுத்தர அனல் மின்சக்தி நிலையத்தில் எரிபொருளாகப் பயன் தரும்.

சக்தி சேமிப்பு அல்லது பாதுகாப்புக்கு உரிய நடவடிக்கை தொடர்பாக அன்றாட வாழ்வில் பல எடுத்துக்காட்டுகளை கூறலாம். உதாரணமாக, வீட்டில் ரெஃப்ரிஜிரெட்டர் குளிர்பதனப் பெட்டகத்திலிருந்து வெளியில் எடுத்த பாலை அடுப்பில் ஏற்றுவதற்குக் குளிர்ந்து இருக்கும் பாத்திரத்தைச் சூடாக்கத் தேவையாகும் வெப்பமேனும் மிச்சப்படும்.

வேளாண் துறையில் இத்தகைய ஆற்றல் சேமிப்பு குறித்து உடனடிக் கவனம் தேவை. விவசாயிகளுக்கு மின்சாரம் இலவசமாகவோ அல்லது சகாய விலையிலோ எப்படி வழங்கப்பட்டாலும் சரி, வயற்காடுகளில் கிணற்று நீர் இறைப்பு இயந்திரங்களுக்கும் குறைந்தபட்ச மின்சக்தியைச் செலவளிப்பது நல்லது. இப்போது வழங்கப்பட்டுவரும் அதிகப்படியான கட்டணச் சலுகைகளைக் குறைப்பதே நம் நீண்டகாலக் குறிக்கோளாக இருக்க வேண்டும்.

நீர்வள ஆதாரங்கள்

புராதன இதிகாசங்களில் பேசப்படும் நதிகளின் புனித மகிமை பற்றி நாம் அறிவோம். இருப்பினும் நீர் வள ஆதாரங்களை உரிய அக்கறையுடன் நாம் பாதுகாத்துக் கொள்ளவில்லை. வேளாண்மை, தொழில்துறை மற்றும் தனி மனித நுகர்வுக்கும் தண்ணீர் தேவை என்பது நாடறிந்த கதை. இந்தப் புத்தாயிரம் ஆண்டுகளில் தண்ணீரை மறுசுழற்சி செய்வதும், பாதுகாப்பதும் நம் அன்றாட வாழ்வியலில் மிக இக்கட்டான நடவடிக்கையாகக் கருதப்படும்.

தண்ணீரின் மற்றொரு அம்சத்தையும் நாம் இங்கு வாசகர்களுடன் பகிர்ந்து கொள்ள விழைகிறோம். தண்ணீர் சிறந்ததோர் போக்குவரத்து ஊடகம். திறம் மிக்க போக்குவரத்து மார்க்கங்களில் நீர்வழிப் போக்குவரத்தும் ஒன்றாகும்.

ஆனால் இன்றைய போக்குவரத்து அமைப்புகளில் சாலை வழிப் போக்குவரத்தும், ரயில் போக்குவரத்துகளுமே பிரதான அங்கம் வகிக்கின்றன. நீர்வழிப் போக்குவரத்தின் பங்கு வெறும் 6.5 சதவீதம் மட்டுமே, சாலைப் போக்குவரத்திற்கான மொத்த உள்நாட்டு உற்பத்தித் திறன் ஒதுக்கீடு 1980–81–ஆம் ஆண்டுக்கும், 1992–93–ஆம் ஆண்டுக்கும் இடையில் 8.8 சதவீத வருடாந்தர வளர்ச்சி கண்டு உள்ளது. நீர்வழிப் போக்குவரத்திலோ வெறும் 3 சதவீதம் வளர்ச்சியே பதிவாகி இருக்கிறது.

நீர்வழிப் போக்குவரத்து

நீர்வழிப் போக்குவரத்தின் முக்கியத்துவம் குறைவதற்குப் பல்வேறு காரணங்கள் உண்டு. இங்கு முதன்மையான ஒரே ஒரு குறை என்னவென்றால் சாலை, இரயில் மார்க்கங்களைப் போலன்றி, நீர்வழிகளில் ஒரு குறிப்பிட்ட தடத்தில் சில குறித்த எல்லைகளுக்குள் மட்டுமே சரக்கும் அனுப்ப முடியும். பயனாளிகளின் தேவைக்கேற்ப பல்வேறு இடங்களுக்குக் கொண்டு சேர்க்க இயலாது. இரண்டாவதாக, கடந்த நாற்பது ஆண்டுகளில் ரயில் மற்றும் சாலை இணைப்புகள் அதிவேக விரிவாக்கம் கண்டுள்ளன. அதே வேளையில் நீர்வழிப் போக்குவரத்து ஏறத்தாழ கவனிப்பாரற்றே கிடக்கிறது.

நீர்வழிப் போக்குவரத்திற்குப் போதிய இடவசதி இல்லை என்பதுவே இதன் வளர்ச்சி நிலைக்கு ஒரு மாபெரும் பிரச்சினையாகக் கருத இயலாது. ஏனெனில், இன்றைக்கும் பயண அமைப்புக்கு ஒதுக்கப்பட்ட நீர்வழித் தடங்களில் 61 சதவீதம் வரை பயன்படுத்தப்படாமலே உள்ளன. இங்குப் பொருள் சார்ந்த, உள்கட்டமைப்பியல் ரீதியிலான சிக்கல்களை இனங்கண்டு அகற்ற வேண்டுவதும் அத்தியாவசியமாகிறது. அவற்றில் ஒரு சில முக்கியப் பிரச்சினைகளைக் கீழே காணலாம்.

கால்வாய்களில் கரை அரிப்பு, தூர் படிதல், நாளாவட்டத்தில் சீரழிவு போன்ற பயண அமைப்பு அபாயங்கள். ஆழமற்ற, குறுகலான நதிகள். போதிய பயண அமைப்பு வசதிகள் இன்மை.

நீர் வாகனத்தடங்களில் போதியஆழ, அகலம்இன்மை,(வழியில் வாகனங்கள் நிறுத்தி வைக்கப் போதிய) திரவ அழுத்தக் கட்டுமான அமைப்புகள் இல்லாமை; மற்றும் பழைய வாகனங்கள்.

மேலும் நீர்வழியிலும் சரக்கு அனுப்புகிற இடமும், அடைகிற இடமும்

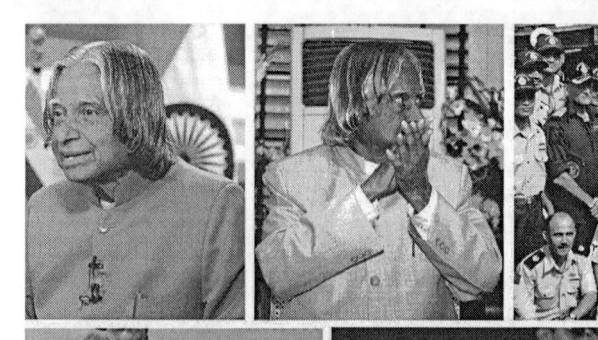

நதிக்கரைகளில் இல்லாமையால் உள்நாட்டு நீர்வழிப் போக்குவரத்து வருமானத்தில் நஷ்டம்.

நம் நாட்டில் தற்போதுள்ள கங்கை பகீரதி மற்றும் ஹீக்ளி நதிவழிப் போக்குவரத்து முறை மற்றும் பிரம்மபுத்திரா நதிவழிப்போக்குவரத்து எனும் இருபெரும் நீர் மார்க்கங்களின் நிலைமை ஆராயப்பட்டது. அதன்படி, இன்று பெரும்பாலும் மிகப் பருமனான, எளிதில் சேதமுறாத நானாவிதச் சரக்குகள் மட்டுமே இந்த இரண்டு நதிவழிப் போக்குவரத்துகளில் இடம்பெறுகின்றன. இருப்பினும் அவற்றின் போக்குவரத்துத் திறன் அதிகரிக்க நிறையவே வாய்ப்பு இருக்கிறது. ரயில், சாலை, உள்நாட்டு நீர் மார்க்கங்கள் ஆகிய மூன்று போக்குவரத்து முறைகளின் ஒருங்கிணைந்த வளர்ச்சியே மிகவும் அவசியமாகும். இந்தப் பன்முகப் போக்குவரத்து வலைப்பின்னலின் பல்வேறு இடங்களிலும் சரக்குகள் ஏற்றவும் இறக்கவும் இயந்திர வசதிகளும் நிறுவப்பட வேண்டும். அவற்றைத் 'திறமையான நீர்வழித் தடங்க'ளாக உருமாற்ற வேண்டும்.

கடல்வழிப் போக்குவரத்து

நதிவழிப் போக்குவரத்து உத்தியினைக் கடல் மார்க்கத்திற்கும் விரிவுபடுத்தலாம். மூன்று பக்கங்களிலும் கடல்களாலும், இரு நீண்ட கடலோரங்களில் பல தீவுத்தொகுதிகளாலும் அருளப் பெற்ற வளநாடுகள் மிகக் குறைவு. சுற்றுலா அல்லது வர்த்தகத்திற்கு உகந்த உன்னத உள்கட்டமைப்புச் சூழல் இது.

இந்தியாவில் பதினோரு பெரும் துறைமுகங்கள், 139 சிறு துறைமுகங்களும் உள்ளன. பெரும் துறைமுகங்கள் மத்திய அரசின் பொறுப்பிலும், சிறு துறைமுகங்கள் மாநில அரசுகளின் அதிகாரத்தின் கீழும் இயங்கி வருகின்றன.

அந்தப் பதினொரு பெரும் துறைமுகங்கள் கண்டலா, மும்பை, ஜவகர்லால் நேரு துறைமுகம் (மும்பை), மர்மகோவா, புது மங்களூர், கொச்சி, தூத்துக்குடி, சென்னை, விசாகப்பட்டினம், பரதீப் மற்றும் கோல்கத்தா ஆகியன.

இந்திய வரைபடத்தில் இந்தத் துறைமுகங்கள் ஓர் அழகிய முத்துமாலை போல் காட்சியளிக்கும். மொத்தப் போக்குவரத்தில் கிட்டதட்ட 95 சதவீதம் இந்தத் துறைமுகங்களில் நடைபெறுகிறது. 1996–97–ஆம் ஆண்டுகளில் வருடாந்தரப் போக்குவரத்து 22.5 கோடி டன்கள். இது 2000–01–ஆம் ஆண்டுவாக்கில் 39 கோடி டன்களாகவும், 2005–06–ஆம் ஆண்டுக் கால அளவில் 65 கோடிகளாகவும் உயரும் என்று எதிர்பார்க்கப்படுகிறது.

இந்தியத் துறைமுகங்களில் கடந்த சில ஆண்டுகளாகவே போக்குவரத்து வளர்ச்சி சற்றே தடுமாறிக் கொண்டுதான் இருக்கிறது. என்றாலும் கூட, ‘சராசரி கப்பல் சுற்றுப் பயணம்’ மற்றும் ‘சராசரி கப்பல் சரக்கு விநியோகம்’ ஆகியவற்றில் செயல் திறன் சர்வதேசத் தரத்தினை எட்ட வேண்டும்.

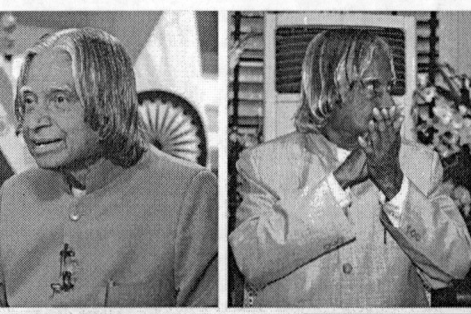

இதற்கெனச் சிறு துறைமுகங்கள் பெருமளவு தனியார்மயம் ஆக்கப்பட்டு வருகின்றன. இந்தியத் துறைமுகங்கள் மேன்மேலும் இன்னும் உயர வேண்டும்.

நதிகள் இணைப்பின் அவசியம் ஏன்?

நதிகள் இணைப்பு என்பது, வெறும் நீர் பற்றாக்குறை போக்குவரத்துக்கு மட்டும் என நினைப்பவர்களுக்கு அதில் உள்ள இன்னொரு அவசியத்தையும் கலாம் அவர்கள் உணர்த்துகிறார்.

"நம் நாட்டு நதிகள் ஒன்றோடொன்று இணைக்க வேண்டுவதும் மிக மிக அவசியம். இதனால் புதுப்புது நீர்வழிப் பாதைகள் உருவாவது மட்டுமன்றி, அதிக வெள்ளப் பெருக்கு உடைய இடங்களிலிருந்து தண்ணீரை வறண்ட பிரதேசங்களுக்குப் பகிர்ந்து அளிக்கவும் உதவும். இதில் சில உணர்வு பூர்வ அரசியல் விவகாரங்களும் அடக்கம் என்பதும் நாம் அறிவோம்.

ஆனாலும், ஒரு வளர்ந்த நாடு எனும் உயர்தகுதி நோக்கிய பீடு நடையில் நம் இயற்கைக் கொடைகளையும், வளங்களையும் முதலில் நமக்குள் பகிர்ந்து பயன்படுத்தக் கற்றுக் கொள்ள வேண்டும். ஒரு திறமையான நீர்வள மேலாண்மைத் திட்டம் உருவாக்கவும் வேண்டும். மேன்மேலும் கூடுதல் செல்வமும், செழிப்பும் படைக்கப் பாடுபடுவதே இன்றைய நம் குறிக்கோளாகத் திகழட்டும், எழவிருக்கும் நன்மைகளைக்கூட ஓரங்கட்டி விட்டு வறுமையைப் பரப்பும் விதத்தில் அனாவசியச் சண்டை சச்சரவுகளில் நாம் தரம் தாழ்ந்து விடக்கூடாது.

தகவல் தொழில்நுட்பப் பணி இலக்கு

நவீன உள் கட்டமைப்பில் தொலைத்தகவல் தொடர்பே எந்தவொரு போட்டிப் பொருளாதாரத்திற்கும் உயிர்நாடி ஆகும்.

தகவல் தொழில்நுட்பத்திலும், மென்பொருள் வணிகத்திலும் இந்தியா உலகின் மாபெரும் நாடாகத் தலையெடுப்பது குறித்த பிரச்சினைகள் தொடர்ந்து சில ஆண்டுகளாகவே பல்வேறு குழுக்களிலும், கருத்தரங்குகளிலும் விவாதிக்கப் பெற்றன. இன்றும் உலகின் பல்வேறு மென்பொருள் கம்பெனிகளும் இந்தியா மென்பொருள் நிபுணர்களின் 'உழைப்பே கடைச்சரக்கு' ஆகிவிட்டது. இந்திய மென்பொருள் ஏற்றுமதி ஆண்டுதோறும் ஏறத்தாழ பத்து சதவீத அளவாக வளர்ந்து கொண்டே வருகிறது நம் உள்வளம் இன்னும் அதிகம். இந்த விவகாரங்கள் குறித்து ஆராய்ந்து தகவல் தொழில்நுட்பப் பிரிவின் விரிவாக்க வழிமுறைகளைத் துரிதப்படுத்த வேண்டும். இதற்கெனப் பாரதப் பிரதமர் சமீபத்தில் ஒரு 'தேசியப் பணிக்குழு' ஒன்றை நியமித்து இருக்கிறார்.

பல்வேறு துறைகளில் ஒருங்கிணைந்து செயல்படுவது என்பதே இதன் பொருள். இங்கு ஒளியிழை வழித்தொடர்பு வலையம் விரைவில் நிறுவப்பட வேண்டும், தகவல் தொடர்பின் முதுகெலும்பு இது. நாட்டில் ரயில்வே துறையிலும், எண்ணெய் வளத்துறையிலும், எண்ணெய் மற்றும் இயற்கை வாயு ஆணையம் போன்ற சில அரசு பெருமளவில் போக்குவரத்து ஊடகமாக கையாள நேரிடும்.

உயர்மட்ட நிலையில் உள்மதிப்புக் கூட்டும் தகவல் தொழில்நுட்பம் மற்றும் மென்பொருள் ஆகியவற்றின் விரிவாக்கமும். பெரிய அளவிலான வணிக நடவடிக்கையும் ஒரே தருணத்தில் நிகழவேண்டும். என்றால் மட்டுமே தகவல் தொழில்நுட்ப மென்பொருள் பிரிவில் இந்தியாவினால்

இறக்குமதிகளுக்கும் ஏற்றுமதிகளுக்கும் இடையே சமநிலை பேண முடியும். உண்மையில் இந்தியாவிற்குச் சாதகமாக இந்தத் தொழில்நுட்பங்களை அடுத்த சில ஆண்டுகளில் கூடுதலாக உருவாக்க முடியும். விரைந்து செயல்பட வேண்டும் என்பதே இதன் சாரம்.

தகவல் தொழில்நுட்பத் துறையில் இந்தியா ஒரு மகத்தான வல்லரசாகத் திகழ்வதற்குத் தேவையான ஆக்கக்கூறுகளில் ஒன்று, நம் நாட்டில் தகவல் தொழில்நுட்பக் கல்வி வலுப்பெறவேண்டும். இதில் தனியார் பிரிவு மற்றும் வெளிநாட்டு நிதி உதவிகளுடன் கூடிய முன் நடவடிக்கைகளும் அவசியம். கல்வியை ஏக போக உரிமையாக்கும் நெருக்கடிகள் அகற்றப்பட வேண்டும். புதிய அணுகுமுறைகள் உருவாக்கவும் முயல வேண்டும். இன்றோ சாம்பித்ரோதா என்னும் நிபுணரின் வேட்கையினால் இன்று தொலைத் தொடர்புகளை அணுகும் வழிமுறையும் பரவலாக்கமும் மக்களிடையே எல்லை கடந்து வளர்ந்தோங்கிவிட்டது. அவர் முயற்சியில் சி-டாப் திட்டத்தின் கீழ் 'தொலை நிலை இயக்க மேம்பாட்டு மையம்' எழுந்தது. தொலைத் தகவல் தொடர்பு அமைப்புகளைத் தனியார் பிரிவிடம் ஒப்படைக்கும் கொள்கையினால் இதன் வளர்ச்சி இன்னும் துரிதமாகக் கூடும். அவற்றின் சேவைகளை விரிவுபடுத்தவும் வகை உண்டாகும். இதில் ஒரு நம்பிக்கையூட்டும் சிறப்பம்சம் என்னவென்றால் இந்தியாவில் ஒட்டுமொத்தத் தொலைத் தொடர்பு வலையத்தில் இடம்பெறும் மின்இலக்க (டிஜிட்டல்) இணைப்புகளின் எண்ணிக்கை விகிதம் உலக நாடுகளில் காணப்படும் அதிக பட்ச அளவை ஒட்டியே அமைந்து இருக்கிறது என்பதாகும்.

இத்தகைய சேவைகள் பெருவாரியான சந்தாதாரர்களைச் சென்றடைவதற்கு இணைப்புகளின் எண்ணிக்கையை உயர்த்த வேண்டும். தொலைத்தொடர்பு வலையத்தில் மின் இலக்க இணைப்புகளின் எண்ணிக்கை விகிதத்தையும் அதிகப்படுத்த வேண்டும். 'நுகர்வோர்

வளாகக் கருவி'யின் தரமும் மேம்படுத்தப்பட வேண்டும்.

முழுக்க முழுக்க டிஜிட்டல் மயமான தொடர்பு வலையம் 2015-ஆம் ஆண்டுவாக்கில் இந்தியாவில் நடைமுறைக்கு வரும். இது நாடு முழுவதும் பரவும். தனி நபர்த் தகவல் தொடர்பு அமைப்புகளின் அடிப்படையில் நகரும் தகவல் தொடர்பு சேவைகள் அதிகரிக்கும். உலகளாவிய நகரும் தகவல் தொடர்புச் சேவைகள் உட்பட அனைத்துத் தனிநபர் தகவல் தொடர்புச் சேவைகளும் செயற்கைக்கோள் வழி வழங்கப்படும்.

எதிர்வரும் சில ஆண்டுகளில் இந்தியாவில் தொடர்பு வலைப் பின்னலை அணுகும் வழிமுறைகளில் பின்வரும் தொடக்கங்களை நாம் கண்கூடாக காணலாம். தெருவோரத் திண்ணைகளிலும், அனைத்துக் கட்டடங்களிலும் ஒலியிழைத் தகவல் இணைப்பு நிலையங்கள் நிறுவப்படும். தற்போதுள்ள செம்புக் கம்பிகளுக்குப் பதிலாக 'எச்.டிஎஸ்.எல்-13' என்கிற உயர் திறன் சேவை இணைப்புகள் பெரிய அளவில் இடம்பெறும். இன்று உபயோகத்தில் இருக்கும் 'கேபிள்' தொலைக்காட்சி இணைப்புகள் வழியே குரல் மற்றும் தகவல் தொடர்புகள் நடைபெறும்.

2015-ஆம் ஆண்டுவாக்கில் தொடர்பு வலைப்பின்னலில் இடம்பெறும் அனைத்து இணைப்புகளையும் விரைந்து அணுகவும் முடியும். வலைப்பின்னலை அணுகும் உத்திகள் வேறு பல செயல்பாடுகளுக்கும் துணைபுரியும். தனி நபர் தொலைபேசி எண்களும் அந்த வலைத் தொடர்பில் இடம் பெற வகை உண்டாகும். சந்தாதாரர் இல்லங்களில் ஒலியிழை இணைப்புகள் குடியேறும்.

கிராமப்புறங்கள் இணைப்பு

நீண்ட காலமாகவே எண்ணற்ற நவீன அறிவியல் மற்றும் தொழில்நுட்பச் சாதனைகள் கிராமப் பிரதேசங்களுக்கும் உதவி வந்துள்ளன. அவை கிராமப்புற வாழ்க்கைத் தரத்தினை வெகுவாய்ப் பாதித்தது. ஒரு சில நேரங்களில் மீளாத் தாக்கம் ஏற்படுத்தியும் விட்டன. அவற்றில் நவீனப் பயிர் உரங்கள் மற்றும் வேளாண் ரசாயனங்கள் அடிப்படையில் அதி மகசூல் வேளாண்மை, சுகாதாரச் சேவைகள், மின்சாரம், வானொலி, தொலைக்காட்சி, பேருந்து வசதிகள், வேளாண் இயந்திரங்கள் மற்றும் பிளாஸ்டிக் காறுறைகள் ஆகியவை கிராம மக்கள் வாழ்வில் இடம்பெற்றுவிட்ட குறிப்பிடத்தகுந்த சில எடுத்துக்காட்டுகள். இருந்தாலும் கிராமங்களுக்கும், நகர்ப்புறங்களுக்கும் இடையே வாழ்க்கைத் தரத்தில் ஒரு சமச் சீரற்ற தன்மை இருந்து கொண்டுதான் வருகிறது. நகர்ப்புறங்களே தொழில்துறை மற்றும் வணிகச் செயல்பாட்டு மையங்களாகவும், அரசியல் ஆதிக்கப் பீடமாகவும் விளங்குவதனால் சிறந்த வாழ்க்கைத் தரத்திற்கான அனைத்து வசதிகளும் முதன்முதலில் பட்டணங்களிலேயே நிறுவப்பெறுகின்றன.

ஆகையால் மக்கள் கிராமங்களில் வேலையில்லாத பலரும் சிறந்ததோர் வாழ்வு நாடிப் பட்டணக் கரைகளுக்குக் குடியேறுகின்றனர். உள்ளபடியே இதில் தீங்கு ஏதும் இல்லை. ஆனால் அதே வேளையில் கிராமப் பகுதிகளுக்கு நவீன வசதிகள் ஏற்படுத்துவதில் நம் கரிசனம் போதாது. பொதுவாகவே, ஒரு நல்ல மருந்துவரோ அல்லது பள்ளி ஆசிரியரோ கிராமத்திலேயே தங்கிப் பணியாற்றுவதை விரும்புவதும் இல்லை. ஒரு வகையில் பெரும்பாலான பட்டணங்களும் இன்று வாழ்வதற்கே தகுதியற்றதாக அலைக்கழித்து வருகின்றன. அங்கெல்லாம் கிட்டத்தட்ட 50 சதவீதம் பேர் சேரிகளில் அல்லது சேரி ஒத்த சூழ்நிலைகளில் தான்

வாழ்ந்து வருகின்றனர்.

ஆதலால் பல்வேறு கிராமங்களைச் சுற்றிலும் வளையச் சாலைகள் இட்டுப் பல தொகுப்புக் கிராமங்களாக அவற்றை ஒருங்கிணைக்கலாம். ஒரு கிராமத்திலிருந்து மற்றொரு கிராமத்திற்கு விரைவாகவும், சௌகரியமாகவும் சென்று வர இந்தப் போக்குவரத்துச் சாலைகள் போதுமானவை. இதனால் விளையும் நன்மைகள் பற்பல. வேளாண் தொழில்கூடங்கள், சேவைத் தொழில்துறைகள் மற்றும் சிக்கலான உயர்ந்த தொழில்நுட்ப அமைப்புகளைக்கூட இத்தகைய கிராமங்களுக்கு இடம் பெயரும் தொழிற்சாலைகளுக்குப் பலவித விசேடச் சலுகைகள் வழங்கலாம். இவ்வகைச் செயல்முறைகள் தொடங்கிவிட்டால் அப்புறம் பொருளாதார நடவடிக்கை மீதிப் பணிகளைக் கவனித்துக் கொள்ளும்" இப்படி அப்துல்கலாம் ஒளிமயமான இந்தியாவை உருவாக்க கனவு கண்டதோடு அதற்கான வழிவகைகளையும் 'நமது இந்தியா 2020' எனும் நூலில் விவரித்திருக்கிறார். அவரது சொல் ஆக்கம், செயல் ஆக்கம் பெற்றால் இந்தியா வல்லரசு ஆகும் என்பது உறுதி.

வாழ்வில் வளம் சேர்க்கும் அப்துல்கலாம் வார்த்தைகள்

வெற்றிகரமான சாதனை என்பது 'மனிதருக்கு மனிதர் மாறுபடுகிறது' பிறரால் சாதிக்க முடியாத ஏதேனும் ஒன்றை சாதித்துக் காட்டி ஜெயித்தால் நீங்களும் சாதனையாளரே.

விடாமுயற்சியுடனான, கடின உழைப்பும், வியர்வையுமே வெற்றியைப் பெற்றுத்தரும்.

படிப்பில் சாதியுங்கள். அறிவையும் அனுபவத்தையும் வளர்த்துக் கொள்ளுங்கள். வாழ்க்கையில் இலக்கை தீர்மானியுங்கள். அந்த இலக்கை அடைய முயற்சிக்கும்போது, கண்டிப்பாக சில பிரச்சினைகளை சந்திப்பீர்கள். பிரச்சினை உங்களை வீழ்த்தி விடக்கூடாது. நீங்கள் அவற்றை துணிவுடன் எதிர்கொண்டு வீழ்த்துங்கள்.

நாட்டின் முன்னேற்றத்துக்குப் பங்காற்றக்கூடிய அறிவான குடிமக்களாக நீங்கள் (இளைஞர்கள்) உருவாக வேண்டும் என எதிர்பார்க்கிறேன்.

ஒழுக்கம் மற்றும் நல்ல மதிப்பீடுகளை நல்ல ஆசிரியர்கள் கற்றுத்தந்தாலே நல்ல மாணவர்களுக்கு நல்ல குணங்கள் வந்துவிடும்.

2020-ம் ஆண்டில் இன்ஜினியரிங் கல்லூரிகளும் மருத்துவக் கல்லூரிகளும் பெருகிவிடும். பொருளாதாரத்தில் பின் தங்கியவர்களுக்கும் வாய்ப்புக் கிடைக்கும். இதனால் படிக்க விரும்பும் எல்லோருக்கும் வாய்ப்புகள் கிடைக்கும். அத்துடன் திறமைக்கும் மதிப்பு கிடைக்கும்.

என்னுடைய ரோல் மாடல் பேராசிரியர் சதீஷ்தவான், அவரது தலைமைப் பண்புகள் என்னைக் கவர்ந்தது.

"முக்கியமான பணிகளை மேற்கொண்டிருக்கும் போது பிரச்சினைகள் வரும். அந்த பிரச்சினைகளை தோற்கடித்து நாம் வெற்றி பெற வேண்டும்" என்று அவர் கூறுவார்.

உலகில் அமைதி நிலவ

மனதில் நேர்மை இருந்தால்
நடத்தையில் அழகு இருக்கும்,
நடத்தையில் அழகு இருந்தால்
வீட்டில் நல்லிணக்கம் இருக்கும்,
வீட்டில் நல்லிணக்கம் இருந்தால்
நாட்டில் ஒழுக்கம் இருக்கும்
நாட்டில் ஒழுக்கம் இருந்தால்
உலகில் அமைதி இருக்கும்

— உலக சமாதானம் குறித்த கலாம் கவிதை இது.

சபீதா ஜோசப்

அருள்வாய்

நான் ஏறிக்கொண்டே இருக்கிறேன்
எங்கு இருக்கிறது
என் லட்சிய சிகரம் இறைவா?
நான் தேடிக்கொண்டே இருக்கிறேன்?
எங்கு இருக்கிறது
அறிவுப் புதையல் இறைவா...?
நான் பெருங்கடலில்
நீந்திக் கொண்டே இருக்கிறேன்
எங்கு இருக்கிறது அமைதித் தீவு இறைவா?
இறைவா!
நூறு கோடி மக்கள்
லட்சிய சிகரத்தையும்
அறிவுப் புதையலையும்
இன்ப அமைதியையும்
உழைத்து அடைய அருள்வாயாக!

(அப்துல் கலாமின் பிரார்த்தனை கவிதை)

அறிவு மலர்கள்

கண்கள் மூடினால் கனவுகள் பிறக்கும். அந்தக் கண்களைத் திறந்தால் தான் கனவுகள் பலிக்கும்.

வியர்வை துளிகளும், கண்ணீர் துளிகளும் உப்பாக இருக்கலாம், ஆனால் அவைதான் வாழ்க்கையை இனிப்பாக மாற்றும்.

வெற்றி என்பது உன் நிழல் போல நீ அதை தேடிப் போக முடியாது: நீ வெளிச்சத்தை நோக்கி நடக்கும்போது அதுவாகவே உன்னுடன் வரும்!

இந்தியாவில் 150 இருக்கை வசதியுள்ள ஜெட் விமானங்களின் தேவை அதிகரித்துள்ளது. இப்போது அந்த வகையில் 35 விமானங்கள் தேவைப்படுவதாகத் தெரிகிறது. விமானத்துறையில் நாம் சாதிக்க வாய்ப்புள்ளது. அதற்கான காலம் கனிந்துள்ளது.

தேசிய விமான ஆணையத்தை உருவாக்கி குறித்த காலத்துக்குள் 150 இருக்கை விமானங்களை உள்நாட்டிலேயே உருவாக்க திட்டம் வகுத்து பணியாற்ற வேண்டும்.

நமது மதங்கள் மிக அழகான தீவுகளைப் போன்றவை. மதம் என்பது ஆன்மிகமாக மறுமலர்ச்சி அடைய வேண்டும்.

எல்லோரிடமும் ஒருமைப்பாட்டை பார்க்க வேண்டும். மதம், ஜாதி மற்றும் மொழி வேறுபாட்டுக்கு ஆதரவாக செயல் படமாட்டேன் என்று எல்லா மாணவர்ளும் ஓர் உறுதி மொழி எடுத்துக் கொள்ள வேண்டும்.

நிலநடுக்கம், வருவதை முன் கூட்டியே அறிந்துகொள்ள முடியுமானால், சேதத்தைக் குறைக்கலாம். இதற்கான ஆராய்ச்சி தொடங்கி விட்டது. இடர்பாடு நிர்வாகத்துறையினர், சேத அளவை குறைக்கவும், நிவாரணப்பணியில் ஈடுபடவும் செய்கின்றனர். விஞ்ஞானிகளும் முன்னெச்சரிக்கை அறிவிப்புக்கான கருவிகளையும் உருவாக்கி வருகின்றனர். இது பேரிழப்புக்களை தவிர்க்கும் என்று எதிர்பார்க்கலாம்.

சந்திரனில் ஹீலியம் பெருமளவில் உள்ளது. எரிபொருளுக்கான மிக நேர்த்தியான மூலப்பொருள் இது. நல்ல ஆற்றல் அதே சமயம் சுற்றுச் சூழலை மாசுபடுத்தாது. கதிர்வீச்சு இருக்காது, 21-ம் நூற்றாண்டுக்கான எரிபொருள் இது என்று எல்லோரும் வரவேற்கிறார்கள்.

வளம் தரும் அறிவு

"**ந**ன்கு கற்றால் செயல் திறன் பெறலாம்.
செயல் திறத்தால் ஆக்க பூர்வமான
எண்ணங்கள் பரிணமிக்கும்.
ஆக்கபூர்வமான எண்ணங்கள்
அறிவுக்கு சக்தியாக மிளிரும்
அந்த அறிவு நம் வாழ்வை வளமாக்கும்"

சபீதா ஜோசப்

லட்சியத்தை நோக்கி

இந்தியா ஒரு வளர்ந்த நாடு என்கிற தகுதியை அடைவதற்கு தேசப் பாதுகாப்பு மிக முக்கியம். மேற்குறிப்பிட்டவற்றில் வியூகப் பிரிவுகள் மற்ற நான்கைவிட முக்கியமானது.

பொருளாதாரச் செழிப்பு. தேசப்பாதுகாப்பு, உலக அரங்கில் உரிய சிறப்பிடம் ஆகியவற்றை எட்டிய பின்னர்தான் வளர்ந்த நாடாக முடியும்.

லட்சியம் இல்லாத நாட்டில் பொதுமக்கள் ஆற்றலைத் தொலைத்து நாட்டின் பெருமையை எடுத்துக் கூறும் உணர்வு இல்லாமல் இருப்பார்கள், தொலைநோக்குப் பார்வையுடன் இலட்சியத்தை நோக்கி நாம் முன்னேற வேண்டும்.

என் இளம் நண்பர்களே அந்நியக் கலாச்சாரங்கள் தொலைக்காட்சி மற்றும் செய்தித்தாள் மூலம் ஆக்ரமிக்கும் போது நீங்கள் உன்னதமான நாகரிகத்தின் குழந்தைகள் என்பதை மனதில் கொள்ளுங்கள்"

நாடு முன்னேற இளைய சமூதாயம் புரட்சி செய்ய வேண்டும். மனிதனுடைய வாழ்க்கையில் மாற்றங்கள் தேவை. அப்படி மாற்றம் கிடைத்தால்தான் அவனால் சிறப்பாக பணியாற்றிட முடியும்."

யாருமே ஆறாத ரணத்தை இதயத்தில் சுமக்க கூடாது. மன்னித்தருளும் தன்மையே வாழ்வில் வளமை உண்டாக்கும்."

நம்மை உருவாக்கிக் கொள்ள உதவும் புத்தகங்கள்

ஏராளமான புத்தகங்கள் படிப்பவர் டாக்டர் அப்துல்கலாம் புத்தகங்களை நண்பர்களாக்கிக் கொள்ள வேண்டும். கண்ணீரைத் துடைப்பதற்கும் மகிழ்ச்சியைப் பகிர்ந்து கொள்ளவும் புத்தகங்கள் துணையாக இருப்பதாக மாணவர்களிடம் கலாம் மனம்திறந்தார்.

“வடகிழக்கு மாநிலங்களான சிக்கிம், அசாம், மேகாலயா, மிசோரம் ஆகிய பகுதிகளுக்கு நான் முன்பு சென்றிருந்தேன், அப்போது வடகிழக்கு மாநில மொழிகள் சார்ந்த பல இலக்கிய வாதிகளை சந்தித்தேன். அவர்கள் இலக்கியப்படைப்புகளையும், தந்திருக்கிறார்கள். கலை நிகழ்சிகளையும் உருவாக்கி இருக்கிறார்கள். மிசோரோமில் தனிச் சிறப்பு வாய்ந்த ஓர் இசை நாட்டிய நிகழ்ச்சியைப் பார்த்து நான் நெகிழ்ந்து போனேன்.

அதுபோன்றே சிக்கிமில் நேபாளி, பூட்டியா, நெப்சா என்ற மூன்று பிரிவினர் ஒருங்கிணைந்த கலைகளையும் நான் கண்டேன், ஆற்றலும் அழகும் நிறைந்திருந்த இசை, நாட்டியங்கள் ஒன்றுபட்ட மனங்களை சித்தரித்தது கண்டு நாட்கள் மிகவும் மகிழ்ந்தோம். அதுவும் சமூதாயத்தில் நிலவும் வேற்றுமைகளை முன்வைப்பது, பொது இயல்பாக இருக்க, பன்முகப் பண்பாடுகள் ஒரு முகமாக இணைந்து வைக்கப்பட்டதில் எங்களுக்குப் பெருமகிழ்ச்சி.

அந்த நிகழ்வுகளில் மிக உன்னதமான ஓர் அனுபவம் மிசோரோமில் ஏற்பட்டது. மிசோரோமின் தலைநகரான ஜாசாலியிலிருந்து மாலை 4மணிக்கு மேல் பொதுவாக விமானப் போக்குவரத்து இல்லை. ஆனால் எனக்கு ஜாசாலில் இரவு 9 மணி வரை வேலை இருந்தது. எனவே நம் விமானப்படையினர் தில்லி திரும்ப வேண்டிய அவசியமும் இருந்தது,

எனவே நம் விமானப்படையினர் அந்த இரவு நேரத்தில் விமானம் புறப்படுவதற்குத் தேவையான குறைந்த பட்ச ஏற்பாடுகளை செய்து முடித்திருந்தனர்.

கலாச்சார நிகழ்ச்சி

அந்த நிகழ்வுகளில் விமான நிலையத்திற்குள் என் குழுவினருடன் நான் வந்து சேர்ந்தேன். கவர்னர், முதல்வர் மற்ற அரசு அலுவலர்களும் வந்து சேர்ந்தனர்.

அப்போது அங்கே சூழ்ந்திருந்த இருட்டில், விமானத்தில் எரியும் விளக்கு வெளிச்சத்தை மட்டுமே உதவியாகக் கொண்டு ஓர் அரிய காட்சி நிகழ்வதை நான் கண்டேன். விமானத்தின் அருகில் பாதுகாப்பான தூரத்தில் இசைக் கருவிகளோடு ஒரு பாடகர் குழு காத்திருந்தது. என்னைக் கண்டவுடன் அவர்கள் மிசோரோமின் கவிஞர் ரோகுங்கா இயற்றித் தந்திருந்த ஒரு மிக இனிய, அழகிய பிரிவு உபசாரப் பாடலைப், பாடத் தொடங்கினார்கள். அந்தப்பாடலுக்கு 'பிரிவின் உலகம்' என்று தலைப்பிடப்பட்டிருந்தது. அதன் பொருள்:

'கனத்து விம்மும் இதயத்தோடு
பிரிகிறோம் நாம் இப்போது
நாம் வாழும் உலகத்தில் 'பிரிவு' என்பதை
தெய்வப் பிதாவோ விதித்து விட்டார்.
ஆனால் இதனினும் சிறந்த உலகில்
நிச்சயம் வாழவே படைக்கப்பட்டுள்ளோம்.

வேதனைப் பிரிவுகள் ஏதுமில்லாத

அழியா நகரமொன்றில் வாழ்வோம் நாம்'

புத்தக நண்பர்கள்

இந்தியாவின் எல்லையற்ற வாழ்வின் அழகிலும், பாடலின் உணர்ச்சி ததும்பும் இசையிலும், நம் பன்முகக் கலாச்சாரத்திலும், அவை ஒன்றுபடும் இந்தப் பெரிய நாட்டின் உள்ளத்தொருமையிலும் நான் நெகிழ்ந்து போனேன். பாரதீய ஞானபீடம் இந்த உண்மையை நெருங்கியுணர்ந்து நம் அரசியல் அமைப்பின் 8–வது பிரிவில் அங்கீகரிக்கப்பட்ட இந்திய மொழிகள் அனைத்திலும் சாதனை நிகழ்த்திய எழுத்தாளர்களை மதித்துப் போற்றுவது எனக்கு மகிழ்வூட்டுகிறது.

1950–களில் சென்னை மூர்மார்க்கெட் பழைய புத்தகக் கடையில் 'The Light From many lamps' என்ற புத்தகத்தை நான் வாங்கினேன். ஒரு கட்டுரைப் போட்டியில் பரிசாக மு. வரதராசனாரின்,'திருக்குறள் தெளிவுரை' எனக்குக் கிடைத்தது. இந்த இரண்டு நூல்களும் என் நெருங்கிய நண்பர்கள் ஆகிவிட்டனர். ஐம்பதாண்டுகளுக்கும் மேலாக அவை என் தோழர்கள்.

பலமுறை என்னை உருவாக்கிக் கொள்ளும் அளவுக்கு அவைப் படித்து படித்து பழையதாகிவிட்டன. எப்பொழுதாவது எனக்குச் சிக்கல்கள் எழுந்தால், இந்த நூல்கள் தந்த மகத்தான மனங்களின் அனுபவங்களால் என் கண்ணீர் துடைக்கப்படுகிறது. மகிழ்ச்சி நம்மை இன்பத்தில் மூழ்கடிக்கிறபோதோ, அவை நம்மனதை மெலிதாய் வருடி நம்மை சமநிலைக்குக் கொண்டு வருகின்றன. அடிப்படையில் புத்தகங்கள் அமரத்துவம் வாய்ந்தவை.

வளர்ச்சி அடைந்த இந்தியா என்பது பொருளாதார வளர்ச்சியை மட்டும்

குறிக்காது. இந்தியக் கலை இலக்கியம், மனிதநேயம், மாண்புமிக்க சிந்தனைகள், எல்லாவற்றுக்கும் மேலாக அதன் ஐயாயிரம் ஆண்டின் வளமான பாரம்பரியம், அனைத்தின் ஒன்றுபட்ட வளர்ச்சியையும் அது குறிக்கும்" என்று தினமலரின் கலாம் சொல்கிறார்.

நேர்மையான வேட்பாளர்கள் தேவை

அரசியல் கட்சிகள் தேர்தலில் நேர்மையான வேட்பாளர்களை நிறுத்த வேண்டும் என முன்னாள் ஜனாதிபதி ஏ.பி.ஜே. அப்துல் கலாம் ஆலோசனை வழங்கியுள்ளார். லோக்சபா தேர்தல் நடவடிக்கைகளை மிகவும் கவனத்துடன் உற்று நோக்கி வரும் முன்னாள் ஜனாதிபதி அப்துல்கலாம் தேர்தலில் குற்றப் பின்னணியுடைய வேட்பாளர்கள் நிறுத்தப்படுவது குறித்த கேள்விக்கு பதிலளிக்கையில்,

எல்லாவற்றையும் விட உயர்ந்தது தேசம், எனவே அரசியல் கட்சிகள் நேர்மையாகப் பணியாற்றி வெற்றி பெறும் வேட்பாளர்களை தேர்தலில் நிறுத்த வேண்டும்.

கட்சி அல்லது ஒரு தனிமனிதனை விட தேசம் உயர்ந்தது என்பதை அனைத்து அரசியல் கட்சிகளும் மனதில் கொள்ள வேண்டும், எனவே அரசியல் கட்சிகள் வேட்பாளர்களை தேர்வு செய்யும்போது நேர்மையாகப் பணியாற்றி வெற்றி பெறும் வேட்பாளர்களை தேர்வு செய்யவேண்டும்.

பொதுவாக வேட்பாளர்களுக்குத் தாங்கள் என்ன செய்யவேண்டும் என்பது தெரியாது. அவர்களின் தொகுதி பற்றியும் அதிகம் தெரிந்து கொள்வதில்லை. இதனால் இந்தியாவின் முன்னேற்றத்தில் தடையேற்படும்.

எனவே வேட்பாளர்கள் தங்கள் தொகுதி பற்றி, அதிகம் தெரிந்து வைத்திருக்க வேண்டும்.

கட்சியை விட தேசம் பெரியது, எனவே அனைத்து அரசியல் கட்சிகளும் முதலில் தாங்கள் கட்சியை விட தேசத்தைப் பெரிதாக கருத வேண்டும். அவர்கள் நாட்டின் முன்னேற்றத்திற்காக உழைக்க வேண்டும்.

சபீதா ஜோசப்

வேட்பாளர்கள், மற்றும் சட்ட நிபுணர் ஆகியோர் தங்கள் தொகுதியின் பரப்பளவு, எழுத்தறிவு அளவு, நீர் நிலைகளின் எண்ணிக்கை, குழந்தை இறப்பு வீதம், தனி மனித வருமானம், போன்றவை குறித்து அப்போதைய தகவல்களை தெரிந்து வைத்திருக்க வேண்டும்.

இதுதான் உண்மையான அரசியல். இந்த முன்னேற்றத்தையே அரசியலில் விரும்புகிறேன்.

தங்கள் தொகுதிக்காக என்ன செய்வார் என்பதை தேர்ந்தெடுக்கப்படும் வேட்பாளர்களிடம் இருந்து அரசியல் கட்சிகள் தெரிந்து கொள்ள வேண்டும். இவை அனைத்தும் நடந்தால், அனைத்து அதிகாரங்களையும் பிரித்து அளிக்க முடியும். ஒரு எம்.பி. தனது தொகுதியைப் பற்றிய அனைத்துத் தகவல்களையும் தெரிந்து வைத்திருந்தால், அவர் பார்லிமென்டில் வாதிட்டு தனது தொகுதிக்குத் தேவையான அனைத்தையும் பெற முடியும்.

அடுத்த ஐந்தாண்டுகள் நாடு எந்த பாதையில் செல்ல வேண்டும் என்பதை தீர்மானிக்கும் நேரம் இது. நாட்டை வழிநடத்திச் செல்பவர்களைத் தேர்ந்தெடுக்க தேர்தல் மிக பெரிய வாய்ப்பை மக்களுக்கு அளிக்கிறது. வாக்களிக்கும் உரிமை புனித உரிமை.

உலகின் மிகப்பெரிய ஜனநாயக நாடாக நம் நாடு திகழ்கிறது. எனவே இங்கு வாக்களித்து நம் பங்களிப்பை நல்குவதை பெருமையாகக் கருத வேண்டும்" என்றார்.

ராமர் விக்ரகம் காப்பாற்றிய அப்துல் கலாமின் கொள்ளு தாத்தா.

இராமேஸ்வரத்தில் எனது தாத்தாவும், கொள்ளுத்தாத்தாவும், 'அம்பலக்காரர்கள்' என்று அழைக்கப்பட்டனர். இராவணனுக்கு எதிரான யுத்தத்தை இராமபிரான் ஆரம்பித்த இடம் என்று சொல்லப்படும் பெருமை பெற்ற இடம் இராமேஸ்வரத் தீவு. இந்த நிகழ்வைக் கொண்டாடும் வகையில் சீதைக்கும், இராமருக்கும் திருமண வைபவத்தை நடத்தி வைக்கும் ஒரு விழா இங்கு நடைபெறும்.

அலங்கரிக்கப்பட்ட விக்ரகத்தை புனித குளமான இராமர் தீர்த்தத்தில் சுற்றி எடுத்து வருவதற்காக அந்த விழா சமயத்தில் என் கொள்ளுத்தாத்தா ஒரு தெப்பக்குளத்தை கட்டிக் கொடுப்பார். தங்கநகைகள் அழகு ஜொலிக்க அலங்கரிக்கப்பட்ட இராமர் விக்ரகத்தை அந்தத் தெப்பத்தில் வைத்துக் குளத்தின் நடுவில் உள்ள சிறு மண்டபத்தைச் சுற்றி வலம் வைப்பது வழக்கம். அந்தக் குளம் மிகவும் ஆழமானது. அன்றும், இன்றும் ஒட்டுமொத்த இராமேஸ்வரமுமே அந்த விழாவைக் காண திரண்டிருக்கும்.

ஒரு வருடம் அந்தத் தெப்பம் வலம் வரும் காட்சியை என் கொள்ளுத்தாத்தா பார்த்துக்கொண்டிருந்த சமயத்தில் அந்த அசம்பாவிதம் நிகழ்ந்தது. இராமர் விக்ரகம் தெப்பத்திலிருந்து கவிழ்ந்து குளத்தில் மூழ்கிவிட்டது.

யாரும் சொல்லாமல், எந்தத் தயக்கமும் இல்லாமல் உடனடியாக குளத்தில் குதித்த என் கொள்ளுத்தாத்தா அந்த விக்ரகத்தை மீட்டுக் கொண்டு வந்தார். இராமேஸ்வரமே அந்தக் காட்சியைக் கண்டு அதிசயித்தது, ஆனந்தமடைந்தது. ஆலய குருக்கள் எங்கள் குடும்பத்திற்கு முதல் மரியாதை அளிக்கும் மரபை ஆரம்பித்து வைத்தார்கள்.

சபீதா ஜோசப்

விக்ரகத்தை மீட்டதற்காகவும், எங்கள் குடும்பத்தின் மீது இறைவனின் அருளைப் பொழிய வைத்ததற்காகவும் இராமேஸ்வரம் மசூதியில் விஷேச தொழுகை நடைபெற்றது.

இந்தச் சம்பவம் மனித சமுதாயத்தின் சகோதரத்துவத்திற்கும், நல்லிணக்கத்திற்கும் ஒரு பிரகாசமான எடுத்துக்காட்டாகும்.''

இந்தியாவில் வேலைத்திறன் இல்லாததே பெரும் பிரச்சினை

இந்தியாவில் வேலை இல்லாத் திண்டாட்டம் ஒரு பிரச்சினையே இல்லை, மாறாக வேலைத்திறன் இல்லாமையே பெரும் நெருக்கடியை தரவல்லது என்று அப்துல்கலாம் அவர்கள் கூறுகிறார்.

பெங்களூரு பல்கலைக்கழகத்தின் 43-வது வருடாந்திர பட்டமளிப்பு விழாவில் 175 மாணவர்களுக்கு டாக்டர் பட்டமளித்து அப்துல்கலாம் சிறப்புரையாற்றினார்.

"இந்தியாவின் பொருளாதார வளர்ச்சி மிகவும் முன்னேற்றமாக உள்ளது. நம்முடைய பொருளாதாரம் 40 லட்சம் கோடி டாலர் அளவில் நுழைந்துள்ளது. அதே நேரத்தில் வேலையின்மை, அறியாமை மற்றும் வறுமையும் வளர்ந்திருக்கிறது.

இங்கு வேலையில்லாத் திண்டாட்டம் என்பது ஒரு பிரச்சினையே இல்லை, மாறாக வேலைத்திறன் என்ற கேள்வியே மிகப்பெரிய நெருக்கடியாக உருவாகி வருகிறது 2007-ம் ஆண்டின் இந்திய தொழிலாளர் அறிக்கையின்படி வேலையில் உள்ள 53 சதவிகித இளைஞர்கள் ஆற்றல் குறைபாடு உள்ளவர்களாகவும் போதுமான வேலைத்திறன் அற்றவர்களாகவும் உள்ளனர்.

இந்த ஆற்றல் திறன் குறைப்பாட்டை நீக்க அடுத்த இரண்டு ஆண்டுகளுக்கு 4 லட்சத்து 80 ஆயிரம் கோடி ரூபாய் தேவை என்று திட்டமிடப்பட்டுள்ளது. மேலும் 90 சதவிகித வேலை வாய்ப்புகளில் தொழில்கல்வியோ, ஆற்றலோ, தேவைப்படுவதாக உள்ளது. அதோடு நமது கல்லூரி, பள்ளிகளில் இருந்து வெளியேறும் இளைஞர்களில்

சபீதா ஜோசப்

90 சதவிகிதத்தினருக்கு நடைமுறை அறிவு என்பது இல்லை, அதில் குறைபாடுடையவர்களாகவே உள்ளனர்.

தினசரி வளர்ச்சி பெற்று வரும் தொழிலாளர் சக்தியில் வேலைத்திறனை மேம்படுத்தும் குறிப்பிட்ட செயல்திறன் இல்லையென்றால், தற்போதுள்ள நடைமுறையுடன் ஒருங்கிணைந்த ஓர் அடிப்படை இல்லை என்றால் நாட்டில் மிகப்பெரிய எண்ணிக்கையில் உள்ள தொழிலாளர் சக்தியே நமது வளர்ச்சிக்குத் தடையாக மாறும் நிலை உள்ளது. ஆகையால் உடனடியாக நமது மனிதவள ஆற்றலில் வேலைத்திறனை மேம்படுத்தும் கல்விமுறை தேவைப்படுகிறது. இதை மனதில் கொண்டு கல்லூரியிலிருந்து வெளிவரும் பட்டதாரி இளைஞர்கள் வேலையைத் தேடுபவர்களாக இல்லாமல் வேலை வாய்ப்பை உருவாக்குபவர்களாக மாற வேண்டும். பலருக்கும் வேலை அளிப்பவர்களாக மாறவேண்டும். ஆகையால் இந்திய கல்விமுறை வலிமையான பள்ளிக் கல்வியுடன் மாற்றியமைக்கப்பட்ட உயர்கல்வி முறையுடன் இணைந்ததாக இருக்கவேண்டும்" என்றார் அப்துல் கலாம்.

நன்கொடையாக

சென்னை ஓமந்தூரார் அரசினர் தோட்டத்தில், சென்னை பத்திரிகையாளர் மன்றம் அமைந்துள்ளது. பழைய கட்டிடத்தில் செயல்பட்டு வந்த மன்றத்துக்குத் தற்போது புதிய கட்டிடம் கட்டப்பட்டு உள்ளது.

எஸ்.ஆர்.எம். கல்வி நிறுவனங்களை நடத்தும் வள்ளியம்மை அறக்கட்டளையினரால் நன்கொடையாகக் கட்டித்தரப்பட்ட புதிய கட்டடத்தை முன்னாள் ஜனாதிபதி அப்துல்கலாம் திறந்து வைத்தார். கட்டிடத் திறப்பு விழாவில் அவர் பேசியதாவது: "பத்திரிகைகளுக்கு அடிப்படையில் வாய்மை வெல்லவேண்டும் என்ற கருத்தை இங்கு வலியுறுத்துகிறேன். தொழில்நுட்பம் மக்களை முன்னேற்றப் பாதைக்குத் தூண்டும் தகவல்கள் உட்பட பலதரப்பட்ட செய்திகளை இந்தியாவில் உள்ள பத்திரிகைகள் மக்களுக்குத் தந்து வருகின்றன. உலகத்திலேயே மிகப்பெரிய பணக்காரனும் அதே நேரத்தில் 22 கோடிக்கும் மேற்பட்ட ஏழைகளும் இந்தியாவில் உள்ளனர்.

சந்திராயன் சாதனையைக் கண்டு பெருமிதம் கொள்ளும் நாம், அதே நேரத்தில் படிப்பறிவில்லாத கோடிக்கணக்கான மக்களையும் நினைத்துப் பார்க்க வேண்டும், சாதனைப்பெண்களை கொண்டுள்ள இந்தியாவில் பெண்களுக்கு எதிரான குற்றங்களும் நடக்கின்றன. அழகிய நகரங்களைக் கொண்டுள்ள நம்மிடம் சாலை இணைப்பு இல்லாத கிராமங்களும் உள்ளன.

சபீதா ஜோசப்

பங்காளிகள்.

எனவே எதற்கு முக்கியத்துவம் அளிக்கப்பட வேண்டும் என்பதை நாம் உணர்ந்து கொள்வது நல்லது. ஒருங்கிணைந்த வளர்ச்சிக்கு முன்னுரிமை அளிக்கப்பட வேண்டும். முதலில் மக்களுக்குத்தான் விசுவாசமாக பத்திரிகையாளன் இருக்கவேண்டும்.

சில உண்மையற்ற தகவல்களால் சமுதாயத்துக்குள் சலசலப்பு ஏற்பட்டு தேச அளவில் பாதிப்பு ஏற்படுகிறது, எழுபது சதவிகித இந்தியர்கள், ஆறு ஆயிரம் கிராமத்தில் வசிக்கிறார்கள். அதுபோல் தேர்தலில் ஓட்டுப் போடுவதற்கு அதிக அளவில் மக்கள் செல்லும் நாடு இந்தியா. பொருளாதாரம், வேளாண்மை உட்பட பல அம்சங்களின் முன்னேற்றத்திற்கு பத்திரிகையாளர்களும் பங்காளிகள்.

ஆய்வுச் செய்திகள்

ஏதாவது ஒரு மூலையில் சில நல்ல உத்தியோடு நடக்கும் பணிகள் பற்றிய தகவல்களை வெளிக்கொண்டு வந்தால் அதுவும் தேச முன்னேற்றத்திற்கு ஒரு காரணமாக ஆகிவிடும். பாழாய் கிடக்கும் ஊரணிகள் பராமரிக்கப்படுவதும் பெரிய செய்திதான். இது மற்ற ஊர்களுக்கும் பரவ வேண்டும். பஞ்சாயத்துக்கள் எப்படி செயல்படுகின்றன. மேம்பாட்டு திட்டங்களுக்கான அரசு நிதி எப்படி பயன்படுத்தப்படுகிறது என்பதைப் பற்றிய ஆக்கப்பூர்வமான விமர்சனம் தேவை. ஆய்வு செய்து தரப்படும் செய்திகள்தான் ஆக்கப்பூர்வமாக இருக்கும். இதை முதலாளிகள் ஊக்கப்படுத்த வேண்டும்.

லட்சக் கணக்கான மாணவர்களை நான் சந்தித்துள்ளேன். இந்தியாவின் முன்னேற்றத்துக்கு பங்களிக்க வேண்டும் என்ற மனநிலை இளைஞர்களுக்கு தற்போது ஏற்பட்டு இருப்பதை காண முடிகிறத. லட்சக்கணக்கான மக்களின் முன்னேற்த்துக்காக அர்ப்பணித்துக்கொண்ட பத்திரிகையாளர்களாக செயல்பட வாழ்த்துகிறேன்" என்றார் அப்துல் கலாம்.

இந்நூல் உருவாக துணை நின்ற நூல்கள்

ராணி– வார இதழ்
தினமலர்– சென்னை பதிப்பு
நெல்லை சு. முத்து
'இந்தியா 2020' – நூல்
தினத்தந்தி
நன்றி.வீ